Sa Ngalan ng Allah, ang P

ANG MAIKLING PAGLALARAWAN NG PAMAMATNUBAY TUNGO SA PAG-UNAWA SA ISLAM

Pangalawang Edisyon

I. A. Ibrahim

Salin sa Wikang Pilipino ni:
Muhammad Ameen C. Cave

Mga Pangkalahatang Patnugot
Dr. Willaim (Daoud) Peachy
Michael (Abdul-Hakim) Thomas
Tony (Abu-Khaliyl) Sylvester
Idris Palmer
Jamaal Zarabozo
Ali AlTimimi

Mga Patnugot ng Siyensiya
Professor Harold Stewart Kuofi
Professor F. A. State
Professor Mahjoub O. Taha
Professor Ahmad Allam
Professor Salman Sultan
Associate Professor H. O. Sindi

Islamic Information towards Understanding,
Peace & Prosperity of our Nation
ISCAG – CAVITE, PHILIPPINES

Karapatang Magpalathala

(Copyright) © 2007 I. A. Abu-Harb.

Ang lahat ng Karapatang Magpalathala ay nakalaan sa may-akda ng aklat na ito. Ang aklat na ito o anumang bahagi ng aklat na ito ay hindi maaaring ilimbag, ilathala o ibahagi sa anumang uri o pamamaraan, maging pang-electronic, mekanikal, kabilang din ang pagsipi sa pamamagitan ng Xerox, pagsasatunog-boses, at pagpapanitili sa anumang gamit na nag-iimbak at nagbibigay ng impormasyon na walang kasulatang pahintulot mula sa may akda, maliban lamang sa pinapahintulutang kalagayan na matatagpuan sa ibaba.

Para sa Paglilimbag:

Ilimbag o sipiin ang aklat na ito sa kondisyong walang gagawing anumang pagbabago, pagdaragdag at pagbabawas sa mga nilalaman nito at ito ay ipamamahagi nang libre. Makipag-ugnayan sa may-akda para sa libreng sipi ng aklat na ito sa computer para sa magandang uri ng imprenta.

Ang web site at kabuuan ng aklat na ito, at marami pang

mahahalagang impormasyon hinggil sa Islam ay matatagpuan sa
www.islam-guide.com/tg

Unang Edisyon - Unang Lathala

ISBN:9960-57-191-2

MGA NILALAMAN

PAUNANG SALITA 3

Kabanata 1
ANG ILAN SA MGA PATOTOO HINGGIL SA KATOTOHANAN NG ISLAM 5

(1) Ang Mga Himalang Makasiyensiya sa Banal na Qur'an... 5
  A) Ang Qur'an Hinggil sa Paglaki ng Bilig sa Sinapupunan ng Tao... 6
  B) Ang Qur'an Hinggil sa mga Bundok 11
  C) Ang Qur'an Hinggil sa Simula ng Sanlibutan 14
  D) Ang Qur'an Hinggil sa Cerebrum (Utak) 16
  E) Ang Qur'an Hinggil sa mga Dagat at Ilog 17
  F) Ang Qur'an Hinggil sa mga Malalim na Dagat at mga Panloob na Alon.. 20
  G) Ang Qur'an Hinggil sa mga Ulap 22
  H) Ang mga Komentaryo ng mga Siyentipiko Hinggil sa mga Himalang nasa Qur'an 27

(2) Ang Matinding Hamon na Lumikha ng Isang Kabanata na Katulad ng mga Kabanata ng Banal na Qur'an 32

(3) Ang mga Hula sa Bibliya Hinggil sa Pagdating ni Muhammad ﷺ, ang Propeta ng Islam 33

(4) Ang mga Talata sa Qur'an na Bumanggit sa mga Pangyayari sa Hinaharap na Nagkatotoo 35

(5) Mga Himala na Ginawa ni Propeta Muhammad ﷺ 36

(6) Ang Simpleng Buhay ni Muhammad ﷺ 37

(7) Ang Pambihirang Pag-unlad ng Islam 40

Kabanata 2
ILAN SA MGA PAKINABANG SA ISLAM 41

(1) Ang Pintuan Patungo sa Walang-hanggang Paraiso..... 41
(2) Kaligtasan Mula sa Impiyerno 42
(3) Ang Tunay na Kaligayahan at Kapayapaan ng Kalooban .. 43
(4) Kapatawaran sa Lahat ng mga Nakaraang Kasalanan .. 44

Kabanata 3
PANGKALAHATANG KAALAMAN TUNGKOL SA ISLAM 45

Ano ang Islam? 45
Ilan sa mga Pangunahing Paniniwala sa 45
   1) Paniniwala sa Allah 45
   2) Paniniwala sa Pagkakaroon ng mga Anghel 47
   3) Paniniwala sa mga Aklat na Ipinahayag ng Allah 48
   4) Paniniwala sa mga Propeta at Sugo ng Allah 48
   5) Paniniwala sa Araw ng Paghuhukom 48
   6) Paniniwala sa Al-Qadar (Tadhana) 48
Mayroon bang Ibang Banal (Kasulatan) na Pinagkukunan Maliban sa Qur'an? 49
Mga Halimbawa ng mga Salawikain ni Propeta Muhammad ﷺ 49
Ano ang Sinasabi ng Islam Hinggil sa Araw ng Paghuhukom? 50
Papaano Magiging Muslim ang Isang Tao? 52
Ano ang Qur'an? 54
Sino si Propeta Muhammad ﷺ? 54
Papaano Nakaapekto ang Paglaganap ng Islam sa Pag-unlad ng Siyensiya? 56
Ano ang Paniniwala ng mga Muslim Hinggil kay Hesus? ... 57
Ano ang Sinasabi ng Islam Hinggil sa Terorismo? 59
Ang Mga Karapatan ng Tao at Katarungan sa Islam 61
Ano ang Katayuan ng mga Kababaihan sa Islam? 63
Ang Pamilya sa Islam 64
Papaano Pinakikituguhan ng mga Muslim ang Kanilang mga Matatanda? 64
Ano ang Limang Haligi ng Islam? 65
   1) Ang Pagsaksi sa Pananampalataya 65
   2) Pagdarasal 66
   3) Pagbibigay ng Zakat (tulong sa mga Nangangailangan o Mahihirap).. 66
   4) Pag-aayuno (Fasting) sa Buwan ng Ramadan 67
   5) Ang Peregrinasyon (Paglakbay) sa Makkah 67
Para sa Karagdagang Impormasyon sa Islam 69
Para sa mga Mungkahi at Komentaryo sa Aklat na ito 69
Mga Reperensiya 70
Ang Paglalagay ng mga Bilang ng mga Hadeeth 74

PAUNANG SALITA

Ang aklat na ito ay isang maikling paglalarawan ng pamamatnubay tungo sa pag-unawa sa Islam. Ito ay mayroon tatlong kabanata.

Ang unang kabanata, **"Ilan sa mga Patotoo Hinggil sa Katotohanan ng Islam,"** nagbibigay kasagutan sa ilang mahahalagang katanungan ng ilang mga tao.

- Ang Qur'an ba ay totoong literal (letra-por-letra) na salita ng Diyos, na Kanya mismong ipinihayag?
- Si Muhammad ﷺ[1] ba ay tunay na Propetang isinugo ng Diyos?
- Ang Islam ba ay tunay na relihiyon na mula sa Diyos?

Sa kabanatang ito, anim na uri ng mga patotoo ang nabanggit:

1) **Ang mga Himalang makasiyensiya (makaagham) sa Banal na Qur'an:** Ang bahaging ito ay tinalakay na (may paglalarawan) sa ilang makaagham na katotohanan na kailan lamang natagpuan na naihayag sa Qur'an, labing-apat na dantaon na ang nakararaan.

2) **Ang Matinding Hamon na Lumikha ng Isang Kabanata na Katulad ng mga Kabanata ng Banal na Qur'an:** Sa Qur'an, hinamon ng Allah ang lahat ng sangkatauhan na gumawa ng katulad na kabanata na nasa Qur'an. Simula pa nang ihayag ang Qur'an, labing-apat na dantaon na ang nakaraan, hanggang sa ngayon, walang sinuman ang nakatugon sa hamon na ito, kahit na sa pinakamaiksing kabanata ng Qur'an (Kabanata 108) na mayroong 10 salita lamang.

---

[1] (ﷺ) - 'Salla Allahu Alaihi wa Sallaam', isang pangungusap sa wikang Arabik na ang kahulugan ay: 'Nawa'y itampok ng Allah ang pagbanggit sa kanya at iligtas siya sa anumang masama at paninira.'

3) **Ang mga Hula sa Bibliya sa Pagdating ni Muhammad ﷺ, ang Propeta ng Islam:** Sa bahaging ito ay tinalakay ang ilan sa mga Hula sa Bibliya sa pagdating ni Propeta Muhammad ﷺ.
4) **Ang mga Taludtod sa Qur'an na Bumanggit ng mga Pangyayari sa Hinaharap na Pagkatapos ay Nagkatotoo:** Ang Qur'an ay bumanggit ng mga pangyayari sa hinaharap na pagkatapos ay nagkatotoo, halimbawa, ang pagwawagi ng mga Romano laban sa mga Persiyano.
5) **Mga Himala na Ginawa ni Propeta Muhammad ﷺ:** Maraming mga himalang ginawa si Propeta Muhammad ﷺ. Ang mga himalang ito ay nasaksihan ng maraming tao.
6) **Ang Simpleng Buhay ni Muhammad ﷺ:** Ito ay maliwanag na palatandaan na si Muhammad ﷺ ay hindi bulaang propeta na nag-angkin ng pagkapropeta upang magtamo ng materyal na mga bagay, kadakilaan o kaya'y kapangyarihan.

Mula sa anim na uri ng mga patotoo, kami ay nagpapatibay na:
- Ang Qur'an ay totoong literal (letra-por-letra) na salita ng Diyos, na Kanya mismong ipinahayag.
- Si Muhammad ﷺ ay tunay na Propetang isinugo ng Diyos.
- Ang Islam ay tunay na relihiyong mula sa Diyos.

Kung ibig nating malaman kung ang isang relihiyon ay totoo o huwad, kinakailangang huwag tayong manangan sa ating mga damdamin, at mga emosyon o kaya'y mga kaugalian. Bagkus, tayo'y bumatay sa ating katwiran at karunungan. Nang isugo ng Diyos ang mga propeta, Kanyang sinuportahan sila sa pamamagitan ng mga himala at patotoong nagbigay katibayan na sila'y tunay na mga propetang isinugo ng Diyos, kaya't, ang relihiyong kanilang dinala ay totoo.

Ang pangalawang kabanata, "Ang Ilang mga Pakinabang sa Islam," ay nagbanggit ng ilang mga pakinabang na naibigay ng Islam sa mga tao, tulad ng:

1) Ang Pintuan Patungo sa Walang-hanggang Paraiso
2) Kaligtasan Mula sa Impiyerno.
3) Tunay na Kaligayahan at Katiwasayang-loob.
4) Kapatawaran sa Lahat ng mga Nakaraang Kasalanan.

Ang pangatlong kabanata, "Ang Pangkalahatang Kaalaman Tungkol sa Islam," ay nagbigay ng pangkalahatang kaalaaman tungkol sa Islam, nagtuwid ng mga maling pala-palagay tungkol dito, at sumagot sa mga pangkaraniwang katanungan, tulad ng:

- Ano ang sinasabi ng Islam hinggil sa terorismo?
- Ano ang katayuan ng mga kababaihan sa Islam?

KABANATA 1

ANG ILAN SA MGA PATOTOO HINGGIL SA KATOTOHANAN NG ISLAM

Binigyang suporta ng Diyos ang Kanyang Huling Propeta na si Muhammad ﷺ ng mga maraming himala at napakaraming patotoo na nagpapatunay na siya ay tunay na Propetang isinugo Niya. Gayundin, sinuportahan Niya ang Kanyang huling kapahayagan, ang Banal na Qur'an, ng maraming himala na nagpatunay na ang Qur'an ay tunay na literal (letra-por-letra) na salita ng Diyos, na Kanyang ipinahayag, at hindi akda ng alinmang tao. Ang kabanatang ito ay nagtatalakay sa ilang mga patotoo.

(1) Ang Mga Himalang Makasiyensiya (makaagham) sa Banal na Qur'an

Ang Qur'an ay literal na salita ng Diyos, na Kanyang ipinahayag sa Kanyang Propeta na si Muhammad ﷺ sa pamamagitan ni anghel Gabriel. Isinaulo ito ni Muhammad ﷺ at pagkatapos kanyang idinikta sa kanyang mga Kasamahan. Kanila ring isinaulo ito, isinulat at nirepaso na kaharap si Propeta Muhammad ﷺ. Bukod pa rito, ay nirepaso ni Propeta Muhammad ﷺ ang Qur'an sa harap ni angel Gabriel minsan tuwing isang taon at dalawang ulit sa huling yugto ng kanyang buhay. Simula pa nang maipahayag ang Qur'an hanggang sa ngayon, lagi nang mayroong malaking bilang ng mga Muslim ang nakapagsasaulo ng buong Qur'an, letra-por-letra. Ilan sa kanila ay nakayanang isaulo ang buong Qur'an sa gulang na sampung taon. Walang ni isa mang letra sa Qur'an ang nabago sa loob ng maraming siglo.

ANG BANAL NA QUR'AN

Ang Qur'an na naipahayag may labing-apat na dantaon na ang nakaraan ay nagbanggit sa mga katotohanan na ngayon lamang natuklasan o napatunayan ng mga siyentipiko.

Ito ay nagpapatunay na walang pagduruda na ang Qur'an ay literal na salita ng Diyos na ipinahayag Niya kay Propeta Muhammad ﷺ at ito ay hindi akda ni Muhammad ﷺ o ng alinmang tao. Ito ay nagpapatunay din na si Muhammad ﷺ ay tunay na Propetang isinugo ng Diyos. Lumalagpas sa katwiran na ang isang taong nabuhay labing-apat na dantaon na ang nakaraan ay mapag-aalaman ang mga katotohanan na kailan lamang natuklasan o napatunayan sa pamamagitan ng makabagong mga gamit at modernong pamamaraan ng siyensiya. Ang ilan sa mga halimbawa ay ang mga sumusunod:

A) Ang Qur'an Hinggil sa Paglaki ng Bilig sa Sinapupunan ng Tao:

Sa Banal na Qur'an, ang Allah ay nagsabi tungkol sa mga yugto sa paglaki ng bilig sa sinapupunan ng tao:

❰ **Katiyakang nilikha Namin ang tao mula hinangong putik. Pagkatapos, ginawa Naming isang Nutfah (pinagsamang patak ng similya mula sa lalake at babae) sa lugar ng panirahanan, mahigpit na nakakabit. Pagkatapos, ginawa Namin ang Nutfah na isang Alaqah (bagay na nakabitin at namuong dugo), pagkatapos ay ginawa Namin ang Alaqah na maging Mudghah (tulad sa isang nanguyang sangkap)....**❱[1] **(Qur'an, 23:12-14)**

Sa literal na kahulugan sa salitang Arabik, ang alaqah ay 1) **linta**, 2) **bagay na nakabitin**, at 3) **namuong dugo.**

Sa paghahambing ng linta sa bilig sa yugto ng alaqah, makikita natin ang pagkakatulad ng dalawa[2], tulad ng makikita natin sa Larawan bilang 1. Gayon din ang bilig sa ganitong yugto ay kumukuha ng pagkain mula sa dugo ng ina na katulad ng isang lintang nabubuhay mula sa dugo ng iba.[3]

Ang pangalawang kahulugan ng alaqah ay "bagay na nakabitin". Ito ang makikita natin sa mga **Larawan bilang 2 at 3**, ang pagkabitin ng bilig sa yugto ng alaqah sa sinapupunan ng ina.

---

[1] Nawa'y isaisip na ang mga nakasulat sa loob ng espesyal (natatanging) panaklong ❰---❱ sa aklat na ito ay salin lamang ng kahulugan ng Qur'an. Hindi ito ang tunay na Qur'an na nasa wikang Arabik.
[2] Ang Lumalaking Tao (The Developing Human), Moore at Persaud, ika-5 ed., p. 8.
[3] Ang Paglaki ng Tao na Inilarawan sa Qur'an at Sunnah (*Human Development as Described in the Qur'an and Sunnah*), Moore at mga iba pa, p. 36

A) Ang Qur'an Hinggil sa Paglaki ng Bilig sa Sinapupunan ng Tao

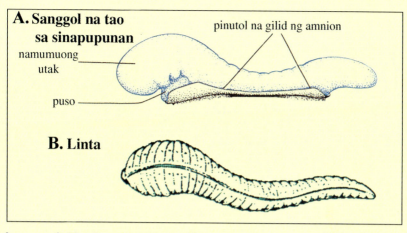

Larawan 1: Mga larawang nagpapakita ng pagkakahawig sa pagitan ng linta at bilig ng tao sa yugto ng alaqah (pagkalinta). (Larawan na linta mula sa 'Paglaki ng Tao **(HumanDevelopment)** na inilarawan sa Qur'an at Sunnah', Moore at mga iba pa, p. 37, inayos mula sa pinagsama-samang prinsipyo ng SOOLOHIYA, Sama-samang Prinsipyo sa Soolohiya **(Integrated Principles of Zoology)**, ni Hickman at mga iba pa. Ang larawan na bilig mula sa 'Ang Lumalaking Tao' (Developing Human), Moore at Persaud, ika-5 ed., p. 73.

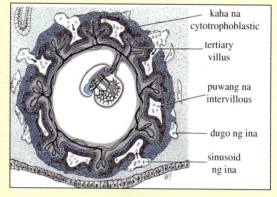

Larawan 2: Makikita natin dito sa larawang-guhit ang pagkakabitin ng bilig sa yugtong alaqah (pagkalinta) sa sinapupunan ng ina. 'Ang Lumalaking Tao' (The Developing Human), Moore and Persaud, ika-5 ed., p. 66.

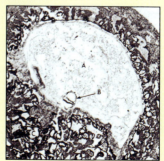

Larawan 3: Sa larawang ito (photomicrograph), ay makikita natin ang pagkabitin ng bilig (marka B) sa yugto ng alaqah (pagkalinta) mga 15 araw ang gulang) sa sinapupunan ng ina. Ang sukat ng laki ng bilig ay mga 0.6 mm. 'Ang Lumalaking Tao' **(The Developing Human)**, Moore ika-3 ed. mula sa p. 66 mula sa Histolohiya **(Histology)**, Leeson at Leeson.

8 A) Ang Qur'an Hinggil sa Paglaki ng Bilig sa Sinapupunan ng Tao

Ang pangatlong kahulugan ng alaqah ay "namuong dugo". Makikita natin na ang panlabas na anyo ng bilig at ang kanyang ayos sa yugto ng alaqah (pagkalinta o namumuong dugo) ay katulad nga ng namumuong dugo. Ito ay dahil sa pagkakaroon ng maraming dugo sa bilig sa yugtong ito[1], tingnan ang larawan bilang 4. Gayon din sa yugtong ito, ang dugo sa bilig ay hindi dumadaloy (kumakalat) hanggang sa katapusan ng ikatlong linggo[2]. Kaya nga ang bilig sa yugtong ito ay natutulad sa namumuong dugo.

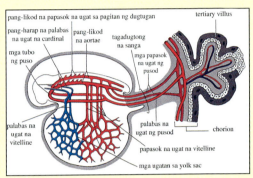

Larawan bilang 4: Larawang-guhit ng primitibong sistema ng cardiovascular sa bilig sa panahon ng alaqah. Ang panlabas na anyo ng bilig at ang kanyang ayos ay katulad ng isang namumuong dugo, dahil sa pagkakaroon ng maraming dugo sa bilig. 'Ang Lumalaking Tao' **(The Developing Human)**, Moore, ika-5 ed. p. 65.

Samakatuwid, ang tatlong kahulugan ng salitang alaqah ay wastung-wastong tumutugon sa pagkakalarawan sa bilig sa yugto ng alaqah.

Ang sumunod na yugtong nabanggit sa taludtod ng (Qur'an) ay ang yugtong mudghah. Ang kahulugan sa salitang Arabik na mudghah ay tulad ng isang nanguyang sangkap. Kapag ang isang tao ay kumuha ng isang pirasong chewing gum at nginuya ito sa kanyang bunganga at pagkatapos ay inihambing sa bilig sa yugto ng mudghah, maipapalagay natin na ito'y tulad sa isang nanguyang sangkap. Ito ay dahil sa marka sa likod ng bilig bilang tanda na may pagkakapareho sa pinagdaanan ng ngipin sa isang nanguyang sangkap[3]. (Tingnan ang larawan bilang 5 at 6)

Papaanong nalaman ni Muhammad ﷺ ang lahat ng ito, may labing-apat na raang taon na ang nakararaan, samantalang kailan lamang natuklasan ng mga siyentipiko ang mga bagay na ito sa pamamagitan ng mga makabagong kagamitan at mabibisang mikroskopyo na hindi pa noon umiiral sa nasabing panahon? Sina Hamm Leeuwenhoek, ang

---

[1] Ang Paglaki ng Tao (*Human Development*) sa pagsasalarawan ng Qur'an at Sunnah, Moore at iba pa, pp. 37-38.
[2] Ang Lumalaking Tao (*The Developing Human*), Moore at Persaud, ika-5 ed., p. 65.
[3] Ang Lumalaking Tao (*The Developing Human*), Moore at Persaud, ika-5 ed., p. 8.

Larawan bilang 5: Larawan ng bilig sa yugto na mudghah (28 araw na gulang). Ang bilig sa ganitong yugto ay nagiging tulad ng isang nginuyang sangkap, dahil sa markang tanda sa likod ng bilig katulad ng pinagdaanan ng ngipin sa isang nanguyang sangkap. Ang aktuwal na laki ng bilig ay 4 mm. 'Ang Lumalaking Tao' (**The Developing Human**), Moore at Persaud, ika-5 ed., p. 82. mula kay Professor Hideo Nishimura, Kyoto, Unibersidad ng Kyoto, Japan)

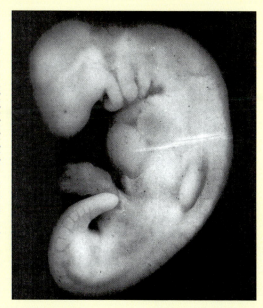

Larawan bilang 6: Sa paghahambing sa bilig sa yugtong mudghah sa isang nanguyang chewing gum, mapapansin natin ang pagkakatulad ng dalawa.

A) Larawan ng bilig sa yugtong mudghah., makikita natin ang marka sa likod ng bilig na katulad ng pinagdaanan ng ngipin, 'Ang Lumalaking Tao' (*The Developing Human*), Moore at Persaud, ika-5 ed., p.79.

B) Larawan ng isang chewing gum pagkatapos na manguya.

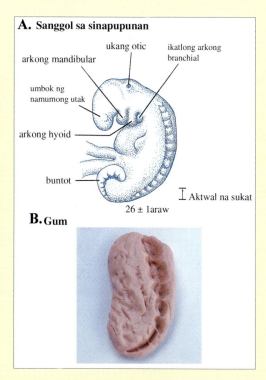

A) Ang Qur'an Hinggil sa Paglaki ng Bilig sa Sinapupunan ng Tao

unang siyentipiko na nakapuna sa selula (selula ng tao) (spermatozoa) gamit ang espesyal na mikroskopyo noong 1677 (mahigit-kumulang na 1000 taon pagkaraan ni Muhammad ﷺ. Sila ay maling nag-akala na ang bilig ay may lamang maliit na nabuong tao na lumalaki kapag nailagay na sa ari ng babae[1]

Si Professor Emeritus (Professor na retirado nguni't taglay pa rin ang titulo) Keith L. Moore ay isa sa mga pinakakilalang siyentipiko sa mundo sa larangan ng anatomiya at pag-aaral ng bilig at may-akda ng aklat na pinamagatang, 'Ang Lumalaking Tao' (Developing Human), na isinalin sa 8 wika. Ang aklat na ito ay isang siyentipikong babasihan at pinili ng espesyal na lupon sa Estados Unidos bilang pinakamahusay na aklat na akda ng iisang tao. Si Dr. Keith Moore ay Professor Emeritus sa Anatomiya at Biyolohiya ng Selula (Anatomy and Cell Biology) sa Unibersidad ng Toronto, sa Toronto, Canada. Siya doon ay isang Kasamang Dekano ng Mga Pangunahing Siyensiya (Associate Dean of Basic Sciences) sa mga nagtuturo ng medisina at walong taong naging tagapangulo ng departamento ng Anatomiya. Noong taong 1984, siya ay ginawaran ng pinakatanyag na gantimpala sa larangan ng Anatomiya sa Canada, ang J.C.B. Grant Award mula sa Lupon ng mga Anatomiyo sa Canada. Pinangasiwaan niya ang maraming mga Pandaigdigang Samahan tulad ng Samahan ng mga Anatomistang Taga-Canada at Taga-Amerika at Kapisanan ng Nagkakaisang Biyolohikal ng mga Siyensiya (Canadian and American Association of Anatomists and Council of the Union of Bilogical Sciences).

Noong taong 1981, sa panahon nang Ikapitong Komperensiya sa Medisina (Seventh MedicalConference) sa Dammam, Saudi Arabia, si Professor Moore ay nagsabi, "Isang malaking kagalakan para sa akin na makatulong sa pagbibigay ng kaliwanagan sa mga pangungusap sa Qur'an hinggil sa paglaki ng tao. Maliwanag para sa akin na ang mga pangungusap na ito ay galing kay Muhammad mula sa Diyos, sapagka't halos ang lahat ng kaalamang ito ay hindi natuklasan hanggang sa marami pang mga sumunod na siglo. Ito ay nagpapatunay sa akin na si Muhammad ay sugo ng Diyos."[2]

Sa gayon, si Professor Moore ay tinanong ng ganitong mga katanungan: Ito ba ay nangangahulugan na kayo ay naniniwala na ang Qur'an ay gawa ng Diyos? Siya ay sumagot, "Hindi mahirap para sa akin na tanggapin ito."[3]

Sa panahon nang isang kapulungan, si Professor Moore ay nagsabi "...Sapagka't ang pagyuyugto-yugto sa paglaki ng bilig ay masalimuot (mahirap unawain), dahil sa patuloy na pagbabago sa panahon ng paglaki, iminumungkahi na isang bagong sistema ng pagbubukod-bukod ay

---
[1] Ang Lumalaking Tao (*The Developing Human*), Moore at Persaud, ika 5 ed. p. 9.
[2] Ang reperensiya sa pangungusap na ito ay 'Ito Ang Katotohanan' (*This is the Truth*). Video tape.
[3] Ito Ang Katotohanan (*This is the Truth*), video tape.

maaaring mabuo sa paggamit ng mga terminong nababanggit sa Qur'an at Sunnah (kung ano ang sinabi ni Muhammad ﷺ, ginawa o pinahintulutan). Ang panukalang sistema ay payak (simple), malawak ang saklaw at tumutugma sa kasalukuyang kaalaman tungkol sa bilig (embryological knowledge). Ang masusing pag-aaral sa Qur'an at Hadeeth (mga pinagkakatiwalang salin na ulat ng mga Kasamahan ni Propeta Muhammad ﷺ kung ano ang kanyang sinabi, ginawa o pinahintulutan) sa huling 4 na taon ay nag-ulat ng sistema para sa pagbubukod-bukod ng bilig ng tao na lubos na kahanga-hanga dahil ito ay naiulat noong ika-7 siglo pagkatapos sinugo si Hesus Kristo. Bagama't si Aristotle, ang nagtatag ng siyensiya sa pag-aaral ng bilig (science of embryology) mula sa kanyang pag-aaral sa itlog ng manok noong ikaapat na siglo, bago isinugo si Hesus Kristo, hindi siya nakapagbigay ng detalye tungkol sa mga yugto nito. Sa kaalaman mula sa kasaysayan sa pag-aaral sa bilig (embryology), kaunti lamang ang kaalaman hinggil sa pagyuyugto-yugto at pagbubukod-bukod ng bilig ng tao hanggang sa ikadalawampung siglo. Dahil dito, ang paglalarawan sa bilig ng tao sa Qur'an ay hindi nabatay sa kaalaman ng siyensiya sa ikapitong siglo. Ang makatwiran lamang na pagpapasiya ay: ang mga paglalarawan na naihayag kay Muhammad ﷺ ay nagmula sa Diyos. Wala siyang paraang malaman ang mga detalye nito sapagka't siya ay isang taong di-makabasa at di-makasulat at walang pagsasanay sa siyensiya.[1]

B) Ang Qur'an Hinggil sa mga Bundok (Kabundukan):

Ang isang aklat na pinamagatang Daigdig (Earth) ay isang reperensiyang ginagamit sa maraming unibersidad sa mundo. Isa sa mga may-akda ay si Professor Emeritus (Professor na retirado nguni't taglay pa rin ang titulo) Frank Press. Siya ay tagapagpayo tungkol sa siyensiya sa dating **Pangulong si Jimmy Carter at sa loob ng 12 taon siya ay Pangulo ng Pambansang Akademiya ng Siyensiya (National Academy of Sciences)**, sa Washington, DC. Ang aklat niya ay nagtatalakay na ang mga kabundukan ay mayroong mga ugat sa ilalim ng lupa.[2] Ang mga ugat na ito ay malalim na nakabaon sa lupa, kaya ang mga bundok ay may hugis tulad din ng mga talasok (tingnan ang Larawan 7, 8 at 9).

Ganito kung paano inilarawan ng Qur'an ang mga bundok (kabundukan). Sinabi ng Allah sa Qur'an:

❮ **Hindi ba Namin ginawa ang kalupaan na patag at ang mga bundok bilang mga talasok?** ❯ **(Qur'an, 78:6-7)**

---

[1] Ito ang Katotohanan (*This is the Truth*), video tape.
[2] Daigdig (*Earth*), Press at Siever, p. 435. Tingnan din ang Siyensiya ng Daigdig (*Earth Science*), Tarbuck at Lutgens, p. 157.

B) Ang Qur'an Hinggil sa mga Bundok (Kabundukan)

Larawan bilang 7: Ang mga bundok ay mayroong mga malalalim na ugat sa ilalim ng lupa. 'Daigdig' (*Earth*), Press at Siever, p. 413.

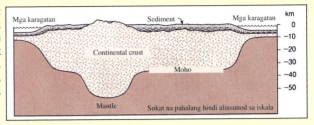

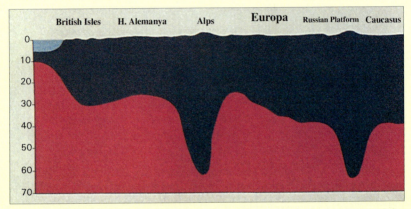

Larawan bilang 8: Larawang-guhit (Schematic section). Ang mga bundok, tulad ng mga talasok, ay may mga malalim na mga ugat na nakabaon sa lupa. Anatomiya ng Daigdig (*Anatomy of the Earth*), Cailleux, p. 220

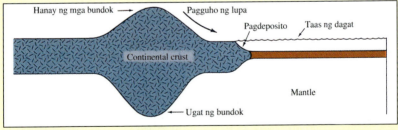

Larawan 9: Isa muling larawan na nagpapakita na ang mga bundok (kabundukan) ay katulad ng anyo ng mga talasok, dahil sa malalalim na mga ugat. 'Ang Siyensiya ng Daigdig' (*Earth Science*), Tarbuck at Lutgens. P. 158.)

Ang makabagong siyensiya ng daigdig ay nagpatunay na ang mga kabundukan ay may mga ugat na malalalim sa loob ng lupa (tingnan ang larawan bilang 9) at ang mga ugat na ito ay umaabot nang makailang ulit na lalim kaysa kanilang inaabot na taas sa kalupaan.¹ Kaya't, ang pinakaangkop na pagsasalarawan sa mga kabundukan sang-ayon sa ganitong impormasyon ay ang salitang "talasok," dahil halos lahat ng maayos na nakabaong mga talasok ay nakatago sa ilalim ng lupa.

Ang kasaysayan sa siyensiya ay nagsasabi sa atin ng teoriya na ang mga kabundukan na mayroong malalim na mga ugat ay ipinakilala lamang noong 1865 ng Maharlikang Astronomiyo (Astronomer Royal) na si Sir George Airy.²

Ang mga kabundukan ay mayroong din mahalagang papel sa ikatatatag ng Daigdig. Sinabi ng Allah sa Qur'an:

❮ **At Kanyang itinatag nang matibay ang mga kabundukan sa daigdig upang hindi sila umuga kasama ninyo...** ❯ **(Qur'an, 16:15)**

Gayon din, ang makabagong teoriya hinggil sa geolohiya (ang pagkakaayos ng buong kalupaan) ay naninindigan na ang mga kabundukan ay nagsisilbing tagapamalagi ng kalupaan. Ang kaalamang ito bilang tungkulin ng kabundukan na magpanatili ng lupa ay ngayon lamang naunawan dahil sa plate tectonics (pagkakaayos ng kalupaan) sa taong 1960.³

Mayroon kayang nakaaalam sa panahon ni Propeta Muhammad ﷺ hinggil sa tunay na anyo ng kabundukan? Mayroon kayang nakaisip na ang malaking bundok na nakikita sa kanyang harapan ay aktuwal na nakabaon sa ilalim ng lupa at ito ay mayroong mga ugat tulad ng iginigiit ng mga siyentipiko? Ang makabagong geolohiya (kaalaman sa geolohiya) ay nagpapatunay sa katotohanan ng mga taludtod ng Qur'an.

---

¹ Ang Geolohikal na Konsepto ng mga Kabundukan sa Qur'an (*The Geological Concept of Mountains in the Qur'an*), El-Naggar, p. 5).
² Daigdig (*Earth*), Press at Siever, p. 435. Tingnan din ang 'Ang Geolohikal na Konsepto ng mga Kabundukan sa Qur'an' (*The Geological Concept of Mountains in the Qur'an*), p 5.
³ 'Ang Geolohikal na Konsepto ng mga Kabundukan sa Qur'an' (*The Geological Concept of Mountains in the Qurr'an*), p 5.

C) Ang Qur'an Hinggil sa Simula ng Sanlibutan:

Ang siyensiya sa makabagong kosmolohiya, sa pagsusubaybay at pagpapalagay (science of modern cosmology, observational and theoretical), ay maliwanag na nagtuturo na noong unang panahon, ang buong Sanlibutan ay isa lamang ulap na 'usok' (yaon ay, isang mainit at makapal na usok na parang gas na hindi nalalagusan ng liwanag[1]. Ito ay isa sa mga hindi mapabubulaanang prinsipyo ng makabagong kosmolohiya. Ang mga siyentipiko ay maaari na ngayong magmasid sa mga bagong bituin na nabubuo mula sa mga naiwan ng 'usok'. (Tingnan ang ika-10 at ika-11 larawan). Ang nagliliwanag na mga bituin na nakikita natin sa gabi ay para lamang katulad ng buong Sanlibutan, na ang mga iyon ay mga bagay na "usok". Sinabi ng Allah sa Qur'an:

> ❮ At pagkatapos ay hinarap Niya ang langit nang ito ay isang usok… ❯ (Qur'an, 41:11)

Dahil ang kalupaan at ang mga kalangitan sa itaas (ang araw, ang buwan, mga bituin, mga planeta, at mga iba pa.) ay nabuo mula sa parehong "usok", kami ay nagpapasiya na ang daigdig at ang kalangitan ay dating iisa. At mula sa "usok" sila ay nabuo at napaghiwalay sa isa't isa. Sinabi ng Allah sa Qur'an:

> ❮ Hindi ba't nababatid ng mga di-sumasampalataya na ang mga kalangitan at ang kalupaan ay dating magkasama, at pagkatapos Amin silang pinaghiwalay?…" ❯ (Qur'an, 21:30)

Si **Dr. Alfred Kroner** ay isa sa mga kilalang Geolohiyano sa mundo. Siya ay Professor sa Geolohiya at Tagapangulo sa Departamento ng Geolohiya sa Institusyon ng Siyensiya sa Geolohiya, sa Unibersidad ng Johannes Gutenberg, Mainz Germany. Sinabi niya: "Sa pag-iisip kung saan galing si Muhammad ﷺ, sa palagay ko ay napakaimposibleng mabatid niya ang mga bagay-bagay tulad sa pangkaraniwang pinanggalingan ng Sanlibutan sapagka't kailan lamang ito natuklasan ng mga siyentipiko, ilan taon lamang ang nakararaan sa pamamagitan ng nakalilito at makabagong pamamaraan ng teknolohiya, na ito nga ang pangyayari.[2] Sinabi rin niya: "Sinuman ang walang kaalaman sa mga bagay tungkol sa nuclear-pisika labing-

---

[1] Ang Unang mga Tatlong Minuto, Ang Makabagong Pananaw sa Simula ng Sansinukob (*The First Three Minutes, A Modern View of the Origin of the Universe*), Weinberg. pp. 94-105.

[2] Ang pinanggalingan ng komentaryong ito ay mula sa 'Ito Ang katotohanan' (*This is the Truth*) video tape.

Larawan bilang 10: Ang isang bagong bituin na namumuo mula sa isang ulap na usok at alikabok (nebula), na isa sa mga naiwan ng "usok" na siyang pinagmulan ng sanlibutan. Ang Atlas ng Kalawakan (The Space Atlas), Heather at Henbest, p. 50)

Larawan bilang 11: Ang lawa ng nebula ay isang ulap na binubuo ng usok at alikabok, ay umaabot sa 60-light years sa kaluwagan. Ito ay pinagagalaw sa pamamagitan ng ultraviolet radiation mula sa mainit na bituin na kailan lamang nabuo sa kanyang nasasaklaw na kabuuuan. 'Ang mga Kalawakan, Ang Pagsasaliksik sa Sanlibutan' (*Horizons, Exploring the Universe*), Seeds, plate 9, mula sa 'Asosasyon ng mga Unibersidad para sa Pagsisiyasat sa Astronomiya, Inc.'

apat na siglo na ang nakararaan, sa aking palagay ay hindi matutuklasan ang mga ito sa kanyang pag-iisip lamang, halimbawa, ang kalupaan at ang mga kalangitan ay may iisang pinagmulan."[1]

D) Ang Qur'an Hinggil sa Cerebrum (Utak ng Tao):

Sinabi ng Allah sa Qur'an tungkol sa isa sa mga masasamang (taong) hindi naniniwala at nagbabawal kay Propeta Muhammad ﷺ na manalangin sa Ka'aba.

❮ **Hindi! Kapag hindi siya tumigil, kukunin Namin siya sa pagitan ng kanyang naseyah (harapan ng ulo - noo), ang sinungaling at makasalanang naseyah (harap ng ulo – noo!** ❯ **(Qur'an, 96:15-16)**

Bakit inilarawan ng Qur'an ang harapan ng ulo bilang sinungaling at makasalanan? Bakit hindi sinabi ng Qur'an ang tao ay sinungaling at makasalanan? Ano ang ugnayan sa pagitan ng harapan ng ulo at sa sinungaling at makasalanan?

Kung ating titingnan ang bungo (ng tao) sa harapan ng ulo, matatagpuan natin ang harapang bahagi ng utak (cerebrum), (tingnan ang larawan bilang-12). Ano nga ba ang sinasabi ng Pisyolohiya hinggil sa bahaging ito (utak)? Ang isang aklat na pinamagatang 'Mga Kailangan sa Anatomiya at Pisyolohiya' (Essentials of Anatomy & Physiology) ay nagsabi hinggil sa bahaging ito, "Ang paggaganyak at ang pag-iintindi sa panghinaharap upang magplano at magsimulang gumalaw ay nagmumula sa harapan ng ulo, ang pinakaharap na bahagi. Ito ang bahagi na tinawag na Association cortex... (Ang ibabaw na soson ng utak upang mapagkaisa)"[2] Gayundin sinasabi ng aklat: "Kaugnay ng pagkakasangkot nito sa paggaganyak (gagawin), ang harapang bahagi ay ipinapalagay na sentro ng gawain sa pananalakay...."[3]

Kaya ang bahaging ito ng utak ay siyang may kinalaman sa pagpaplano, paggaganyak, simula ng mabuting gawa at makasalanang pag-uugali at ito ang may pananagutan sa pagsasabi ng kasinungalingan at pagsasabi ng katotohanan. Kaya't tumpak lamang na isalarawan ang harap ng ulo bilang sinungaling at makasalanan kapag ang isang tao ay nagsisinungaling at nagkasala gaya ng sinasabi ng Qur'an: **"...Ang nagsisinungaling at makasalanang Naseyah (harapan ng ulo)!"**

---

[1] Ito ang Katotohanan (*This is the Truth*) tape ng video.
[2] Mga Kailangan sa Anatomiya at Pisyolohiya (*Essentials of Anatomy & Physiology*), Seeley at iba pa, p.211. Gayon din tingnan ang Sistema ng Nerbiyos ng Tao (*Human Nervous System*), Noback at ipa pa, pp. 410-411.
[3] Mga Kailangan sa Anatomiya at Pisyolohiya (*Essentials of Anatomy & Physiology*), Seeley at iba pa, p. 211.

E) Ang Qur'an Hinggil sa mga Dagat at mga Ilog 17

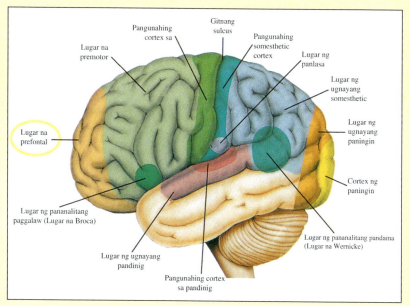

Larawan bilang 12: Ang mga tungkulin ng iba't ibang bahagi ng kaliwang bahagi ng utak (*cerebral cortex*). Ang harapang bahagi ay matatagpuan sa harapang bahagi ng cerebral cortex. 'Mga Kailangan sa Anatomiya at Pisyolohiya' (*Essentials of Anatomy & Physiology*), Seeley at iba pa, p.210.

Kailan lamang natuklasan ng mga siyentipiko ang mga tungkuling ito ng harapang bahagi ng ulo (utak), mga 60 na taon na ang nakaraan, sang-ayon kay Professor Keith L. Moore.[1]

E) Ang Qur'an Hinggil sa mga Dagat at mga Ilog:

Natuklasan ng makabagong siyensiya na mayroong halang sa pagitan ng dalawang magkaibang dagat sa lugar na kung saan sila ay nagsasalubong. Ang halang na ito ay naghahati sa dalawang dagat upang ang bawa't dagat ay magkaroon ng kanya-kanyang temperatura, alat at lapot.[2] Halimbawa, ang tubig ng dagat Mediterranean ay maligamgam, maalat at di-malapot kung ihambing sa tubig ng dagat Alantiko. Kapag ang dagat Mediterranean ay papasok sa dagat Atlantiko sa gilid ng ibabaw ng Gibraltar, ito ay uusod nang ilang daang kilometro sa lalim na 1,000 metro kasama ang sariling ligamgam, alat at di-gaanong malapot

---

[1] *Al-E'jaz al-Emy fee al-Niseyagh, The Scientific Miracles in the Front of the Head* (Ang makasiyensiyang himala sa harapang bahagi ng ulo), Moore at mga iba pa, p. 41.
[2] Mga Prinsipyo ng Pag-aaral Tungkol sa Karagatan (*Principles of Oceanography*), Davis, pp. 92-93.

nitong katangian. Ang tubig ng dagat Mediterranean ay nananatili sa ganitong lalim.[1] (Tingnan ang Larawan bilang 13).

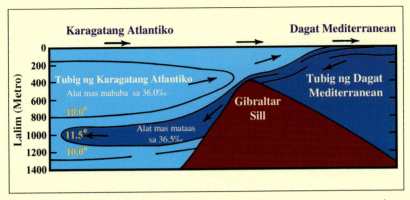

Larawan bilang 13: Ang dagat Mediterranean habang ito ay pumapasok sa dagat Alantiko sa gilid ng ibabaw ng Gibraltar dala ang sariling ligamggam, alat at labnaw na katangian, dahil sa halang na nagbubukod sa kanila. Ang mga temperatura ay nasa sukat ng degrees Celsius (C). Heolohiya ng Karagatan (Marine Geology), Kuenen, p. 43. bahagyang pinalaki.

Kahit na mayroong malaking alon, malakas na agos at pagpapalit sa pagbaba at pagtaas ng tubig (sa mga dagat at mga ilog), ang mga dagat ay hindi naghahalo o kaya'y lumalabag sa nasabing halang.

Ang Banal na Qur'an ay nagbanggit na mayroong halang sa pagitan ng dalawang mga dagat na nagsasalubong at hindi nila nilalabag ang kanilang halang. Sinabi ng Allah:

❮ **Binigyan Niya ng kalayaan ang dalawang dagat na magsalubong. Mayroong halang sa pagitan nila. Hindi nila ito nilalabag.** ❯ **(Qur'an, 55:19-29)**

Subali't nang sabihin ng Qur'an ang tungkol sa tagahati sa pagitan ng tabang at maalat na tubig, binanggit dito ang pagkakaroon ng "isang nagbabawal na partisyon" sa halang. Sinabi ng Allah sa Qur'an:

❮ **Siya yaong nagpalaya sa dalawang uri ng tubig, ang isa ay matamis at malinamnam at ang pangalawa ay maalat at mapait. At Siya ay gumawa sa pagitan nila ng halang at ng nagbabawal na partisyon** ❯ **(Qur'an, 25:33)**

---

[1] Mga Prinsipyo ng Pag-aaral Tungkol sa Karagatan (*Principles of Oceanography*), Davis, p. 93.

Maaaring mayroong magtanong, bakit binanggit ng Qur'an ang partisyon kung binabanggit ang halang sa pagitan ng tabang at maalat na tubig, nguni't hindi nito binanggit kung sinasabi ang halang sa pagitan ng dalawang dagat?

Natuklasan sa makabagong siyensiya na sa mga wawa ng ilog na kung saan nagsasalubong ang tubig tabang at maalat, ang kalagayan ay kakaiba sa mga natatagpuan sa mga lugar na kung saan ang dalawang dagat ay nagsasalubong. Natuklasan na ang pagkakaiba ng tubig tabang sa tubig na maalat sa mga wawa ay ang 'pycnocline zone' kung saan ang lapot ng tubig ay may hangganan na naghihiwalay sa dalawang soson.[1] Ang partisyong ito (ang pook na pinaghihiwalayan) ay may magkaibang alat mula sa tubig tabang at tubig na maalat.[2] (Tingnan ang Larawan bilang 14).

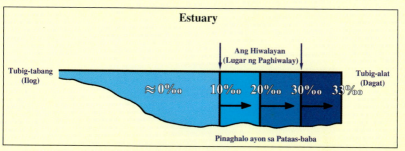

Larawan bilang 14: Ang pahabang bahagi ng alat (bahagi bawa't libo ‰) sa wawa ng ilog. Makikita natin dito ang partisyon (ang pook na pinaghihiwalayan) sa pagitan ng tubig tabang at alat. 'Panimulang Pag-aaral Tungkol sa Karagatan' (*Introductory Oceanography*), Thurman, p. 301, na bahagyang pinalaki.

Ang impormasyong ito ay kailan lamang natuklasan, pagkatapos na gumamit ng makabagong kagamitan upang sukatin ang temperatura, alat, lapot, laman na oxygen at atbp. Ang pangkaraniwang mata ay di-makakikita ng pagkakaiba ng dalawang dagat na nagsasalubong, bagkus, ito ay mapapansin na parang iisang dagat lamang. Gayon din, ang mata ng tao ay di-makakikita sa tatlong bagay sa partisyon ng tubig sa wawa: Ang tabang, maalat na tubig at ang partisyon (ang pook na pinaghihiwalayan).

---

[1] Ang Pag-aaral Tungkol sa Karagatan (*Oceanography*), Gross, p. 242. Tingnan din ang 'Panimulang Pag-aaral Tungkol sa Karagatan' (*Introductory Oceanography*), Thurman, pp.300-301.

[2] Pag-aaral Tungkol sa Karagatan (*Oceanography*), Gross, p. 244. Tingnan din ang 'Panimulang Pag-aaral Tungkol sa Karagatan' (*Introductory Oceanography*), Thurman, pp.300-301.

F) Ang Qur'an Hinggil sa Malalalim na Mga Dagat at Mga Panloob na Alon:

Sinabi ng Allah sa Qur'an:

❰ O kaya'y (ang kalagayan ng mga di-sumasampalataya) ay katulad ng kadiliman sa ilalim ng dagat. Natatakpan ng mga alon, sa ibabaw ay mga alon, sa itaas ay mga ulap. Mga kadilimang magkakapatong. Kung iunat ng tao ang kanyang kamay, hindi niya ito makikita… ❱ (Qur'an, 24:40)

Ang taludtod na ito ay bumabanggit ng kadilimang matatagpuan sa ilalim ng mga dagat at mga karagatan na matatagpuan sa lalim na 200 metro at sa ibaba pa. Sa lalim na ito, ay halos walang liwanag (Tingnan ang Larawan bilang 15). Sa bandang ibaba pa sa lalim na 1000 metro ay wala ni munting liwanag.[1] Hindi makakayanan ng mga tao na sum-

Larawan bilang 15: Mula sa 3 hanggang 30 porsiyento ng liwanag-araw ay nagbabalik sa ibabaw ng tubig. Pagkatapos, halos lahat ng pitong kulay ng liwanag sa kabuuan ay hinihigop ng bawa't isa sa unang 200 metro na lalim, maliban sa kulay asul. Mga Karagatan (*Oceans*), Elder and Pernetta. P. 27.

---

[1] Mga Karagatan (*Oceans*), Elder at Pernetta, p. 27.

isid ng higit sa 40 metro na walang tulong ng submarino o espesyal na kagamitan. Ang tao ay hindi mabubuhay na walang tulong sa malalim at madilim na bahagi ng mga karagatan tulad sa lalim na 200 metro.

Kailan lamang natuklasan ito ng mga siyentipiko sa pamamagitan ng espesyal na kagamitan at mga submarino na tumulong sa kanila sa pagsisid sa ilalim ng mga karagatan.

Mauunawan din natin ito mula sa sumusunod na pangungusap sa nakaraang taludtod, "…sa ilalim ng dagat. Natakpan ng mga alon, sa ibabaw ay mga alon, sa itaas ay mga ulap…" Na ang malalim na mga tubig ng mga dagat at karagatan ay natatakpan ng mga alon, at sa ibabaw ng mga alon ay iba pang mga alon. Maliwanag na ang pangalawang pulutong ng mga alon ay yaong mga nasa ibabaw na nakikita natin, dahil nagbanggit ang taludtod na ang ibabaw ng pangalawang pulutong ng alon ay mayroong mga ulap. Subali't papaano yaong mga unang alon? Natuklasan ng mga siyentipiko kamakailan na mayroong mga panloob na mga alon na nangyayari sa pagpapalitan ng lapot sa pagitan ng mga soson ng magkakaibang lapot ng mga tubig).[1] (Tingnan ang Larawan bilang 16).

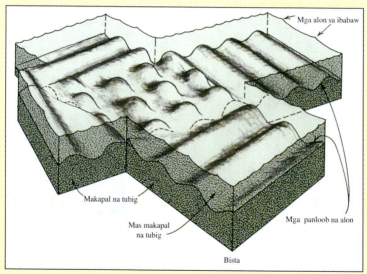

Larawan bilang 16: Ang mga panloob na mga alon sa pagitan ng mga soson ng iba't ibang mga lapot ng mga tubig. Ang isa ay malapot (nasa ibaba) at ang isa ay malabnaw (nasa itaas). Pag-aaral Tungkol sa Karagatan (*Oceaanography*), Gross, p. 204.

---

[1] Pag-aaral Tungkol sa Karagatan (*Oceanography*), Gross, p. 205.

Ang mga panloob na mga alon ay tinatakpan ng mga malalim na tubig ng mga dagat at mga karagatan sapagka't ang tubig sa ilalim ay may higit na lapot kaysa sa ibabaw nila. Ang mga panloob na mga alon ay gumagalaw tulad ng mga alon sa ibabaw ng tubig. Sila man ay may kalagayang madurog. Ang mga panloob na mga alon ay di-makikita ng mata ng tao, nguni't ito ay mapapansin sa pag-aaral ng pagbabago ng temperatura o alat sa naturang lugar.[1]

G) Ang Qur'an Hinggil sa mga Ulap:

Pinag-aralan ng mga siyentipiko ang mga iba't ibang uri ng mga ulap at kanilang napagtanto na ang ulap ng ulan ay nabubuo at nahuhugis sang-ayon sa mga tiyak na sistema at ilang mga hakbangin na may kaugnayan sa isang uri ng hangin at mga ulap.

Isa sa mga uri ng ulap ng ulan ay ang cumulonimbus na ulap. Pinag-aralan ng mga nag-aaral hinggil sa panahon (Meteorology) kung papaano nabubuo ang cumulonimbus na ulap at kung paano sila nakagagawa ng ulan, ulan na may yelo o malakas na ulan, at kidlat.

Natuklasan nila na ang cumulonimbus na ulap ay dumaraan sa sumusunod na mga hakbang upang makagawa ng ulan:

1) **Ang mga ulap ay itinutulak ng hangin.** Ang cumulonimbus na ulap ay magsisimulang mabuo kapag ang ilan sa maliliit na mga ulap (cumulus na mga ulap) ay itinutulak kung saan ang mga ito ay naiipon. (Tingnan ang mga Larawan bilang mga 17 at 18).

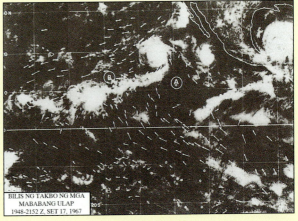

Larawan bilang 17: Ang larawang kuha ng Satellite na nagpapakita ng mga gumagalaw na mga ulap patungo sa lugar kung saan naiipon B, C, at D. Ang mga (maliliit na sibat) ay nagtuturo sa dakong patutunguhan ng hangin. 'Ang Paggamit ng mga Larawang Kuha ng Satellite sa Pagsusuri at Pagsasabi Tungkol sa Lagay ng Panahon' (*The Use of Satellite Pictures in Weather and Forcasting*), Anderson at mga iba pa, p. 188

---

[1] Pag-aaral Tungkol sa Karagatan (*Oceanography*), Gross, p. 205.

G) Ang Qur'an Hinggil sa mga Ulap

Larawan bilang 18: Maliliit na pirasong ulap (cumulus clouds) papunta sa pag-iipunang lugar na malapit sa itaas, kung saan ay makikita natin ang malaking cumulonimbus na ulap. 'Mga ulap, Mga Bagyo' (*Clouds and Storms*), Ludman, plate 7.4.)

2) **Pagsasama-sama:** Pagkatapos ang mga maliliit na ulap ay magsasama-samang mabuo upang maging malaking ulap[1] (Tingnan ang mga larawang 18 at 19).

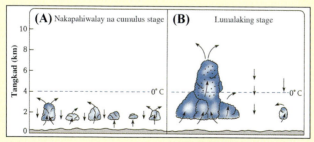

Larawan bilang 19: (A) Nakahiwalay na maliliit na mga ulap (cumulus na ulap) (B) Kapag ang mga maliliit na ulap ay nagsama-sama, ang ihip ng hangin sa mas malaki pang ulap ay lalong lumalakas, kaya't, ang ulap ay naitataklas pataas. Ang maliliit na tulo ng tubig ay ipinakikita sa pamamagitan ng •. 'Ang Atmospera' (*The Atmosphere*), Anthes at mga iba pa, p. 269.

---

[1] Tingnan ang 'Ang Atmospera' (*The Atmosphere*), Anthes at iba pa, pp. 268-269 at tingnan din ang 'Mga Elemento ng Pag-aaral Tungkol sa Panahon' (*Elements of Meteorology*) Miller at Thompson, p. 141).

G) Ang Qur'an Hinggil sa mga Ulap

1) **Pagtatalaksan:** Kung ang mga maliliit na mga ulap ay magsasama-sama, ang ihip ng hangin sa mas malaki pang ulap ay lalong lumalakas. Ang mga pataas na ihip ng hangin na malapit sa gitna ay mas malalakas kaysa nasa mga tabi.[1] Ang mga nasa ibabaw ang nagiging dahilan sa paglaki ng ulap na paitaas, kaya ang ulap ay natatalaksan. (Tingnan ang mga larawan bilang 19 (B), 20 at 21). Ang paitaas na paglaki ng kabuuan (katawan) ng ulap ay siyang sanhi upang ang buong ulap ay umabot sa higit na malamig na lugar ng atmospera, kung saan naman ang mga patak ng tubig at ulang may yelo ay nabubuo at nagsisimulang lumaki nang lumaki. Kapag ang mga patak ng tubig at ulang may yelo na ito ay naging napakabigat para sa mga paitas na mga ulap, ito ay magsisimulang bumagsak bilang ulan, o malakas na ulan, atbp.[2]

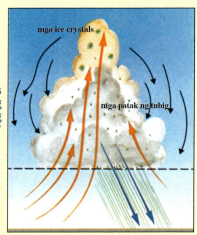

Larawan bilang 20: Ang cumulonimbus na ulap. Pagkatapos maitalaksan ang ulap, ang ulan ay nagmumula rito. 'Ang Panahon at Ang Lagay ng Panahon' (Weather and Climate), Bodin, p. 123.

Sinabi ng Allah sa Qur'an:

❰ **Hindi mo ba nakita na marahang pinauusad ng Allah ang mga ulap, at pagkatapos ay pinagsama-sama sila, at pagkatapos ay tinalaksan sila at pagkatapos makikita mo ang ulan ay nagmumula sa pagitan nila?** ❱ **(Qur'an, 24:43)**

Kailan lamang nalaman ng mga nag-aaral tungkol sa panahon ang mga detalye ng ulap hinggil sa pamumuo, kaanyuan at gawain sa pamamagitan ng makabagong kagamitan tulad ng mga sasakyang

---

[1] Ang mga hanging pataas sa sentro ay higit na malakas, sapagka't sila'y ligtas sa epekto ng lamig sa labas na bahagi ng ulap.

[2] Tingnan 'Ang Atmospera' (*The Atmosphere*), Anthes at mga iba pa, p. 269. At 'Mga Elemento ng Pag-aaral Tungkol sa Panahon' (*Elements of Meteorology*), Miller at Thompson, pp. 141-142.

G) Ang Qur'an Hinggil sa mga Ulap

Larawan bilang 21: Ang Cumulonimbus na ulap. 'Ang Makukulay na gabay Tungkol sa mga Ulap' (*A Colour Guide to Clouds*), Scorer at Wexler, p. 23.

panghimpapawid (eroplano at lobo), satellite, computer, at iba pang mga kagamitan, upang mapag-aralan ang hangin at ang direksiyon nito, masukat ang pagkahalumigmig (pagkaumido) at pagbabago-bago nito at upang malaman ang sukat at pagbabago ng puwersa ng atmospera.[1]

Ang susunod na taludtod, pagkatapos na banggitin ang ulap at ulan, ay nagsasabi tungkol sa ulang yelo at kidlat.

❮**…Siya ang nagpadala mula sa langit ng malakabundukang ulan na may yelo. Pinatatamaan ang anumang Kanyang naisin at iniiwas ito kaninuman Kanyang naisin. Ang liwanag ng kidlat nito (mga ulap) ay halos nakabubulag ng paningin**❯ **(Qur'an, 24:43)**

Natuklasan ng mga nag-aaral tungkol sa panahon na ang mga cumulonimbus na ulap na magpapaulan ng ulang may yelo ay umaabot sa taas na 25,000 hanggang sa 30,000 talampakan. (4.7 to 5.7 milya)[2], tulad ng mga bundok, gaya ng sinabi sa Qur'an, **"…Siya ang nagpadala mula sa langit ng malakabundukang ulan na may yelo.** Tingnan ang larawan bilang 21).

---

[1] Tingnan ang *Ee'jaz al-Qur'an al-Kareem fee Wasf Anwa' al-Riyah, al-Sohob*, al-Matar, Makky at mga iba pa, p. 55.
[2] Mga Elemento ng Pag-aaral Tungkol sa Panahon (*Elements of Meteorology*), Miller at Thompson, pp. 141.

G) Ang Qur'an Hinggil sa mga Ulap

Ang taludtod ay maaaring makapagbigay ng isang katanungan. Bakit nagsabi ang taludtod ng "ang kidlat nito" hinggil sa reperensiya ng ulang may yelo? Ito ba ay nangangahulugan na ang ulang may yelo ang siyang pinakamalaking dahilan sa pagkakaroon ng kidlat? Tingnan natin kung ano ang sinasabi ng aklat na pinamagatang 'Ang Pag-aaral Ngayon Tungkol sa Panahon' (Meteorology Today). Sinasabi nito na ang ulap ay nagkakakoryente kapag ang ulang may yelo ay bumabagsak sa bahagi ng ulap na lubhang napakalamig at may mga yelong kristal. Kapag ang mga patak-patak na tubig ay nadidiit sa malayelong ulan, sila ay nagyeyelo rin, at nagpapakawala ng nakatagong init. Pinananatili nitong mas mainit ang ibabaw ng malayelong ulan kaysa sa nakapaligid na mga yelong kristal. Kapag ang malayelong ulan ay nadiit sa yelong kristal, isang mahalagang pangyayari ang nagaganap: ang mga electron ay dadaloy sa mas malamig na bagay patungo sa mas mainit na bagay. Kaya't, ang malayelong ulan ay magkakaroon ng negatibong koryente (negative current). Pareho ang mangyayari sa mga lubhang napakalamig na mga patak ng tubig kapag nadidiit sa mga malayelong ulan at mga maliliit na hiwa-hiwalay na nabasag na yelong may positibong koryente (positive current). Ang mga magagaan na bahaging ito na may positibong koryente ay dadalhin ng hanging paitaas sa mataas na bahagi ng ulap. Ang mga ulang may yelo na naiwanan ng negatibong koryente ay babagsak sa ilalim ng ulap, kaya ang bahaging ibaba ng buong ulap ay magkakaroon ng negatibong koryente. Ang negatibong koryente na ito ay ipinakakawala bilang kidlat.[1] Kaya't, ipinasiya namin na ang butil-butil na yelong ulan ang siyang pangunahing dahilan sa pagkakaroon ng kidlat.

Ang impormasyong ito hinggil sa kidlat ay kailan lamang natuklasan. Hanggang sa taong 1600 A.D. nang ang opinyon ni Aristotle hinggil sa pag-aaral sa panahon ang nangingibabaw. Halimbawa, sinabi niya na ang atmospera ay mayroong dalawang uri ng naibubugang (hangin), isang mahalumigmig at isang tuyo. Sinabi rin niya na ang kulog ay tunog ng tuyong pagbubuga sa paligid ng mga ulap, at ang kidlat ay

---

[1] Ang Pag-aaral Ngayon Tungkol sa Panahon (*Meteorology Today*), Ahrens, p. 437.

isang pagliliyab sa pagsunog ng tuyong ibinubugang (hangin) na may manipis at bahagyang apoy.[1] (The Works of Aristotle Translated into English: Ang Pag-aaral Tungkol sa Panahon (Meteorologica), vol. 3, Ross and othes, pp. 369a-369b). Ito ang ilan sa mga idea hinggil sa pag-aaral sa panahon na nangingibabaw sa panahon na naipahayag ang Qur'an, mayroong labing-apat na dantaon na ang nakararaan.

H) Komentaryo ng mga Siyentipiko Hinggil sa mga Himalang nasa Qur'an:

Ang mga sumusunod ay mga komentaryo ng mga siyentipiko hinggil sa mga himalang nasasaad sa Qur'an. Ang lahat ng mga komentaryo ay mula sa video tape na pinamagatang 'Ito Ang Katotohanan' (This is the Truth). Makikita at maririnig ninyo sa video tape na ito ang mga siyentipiko habang nagsasabi ng mga sumusunod na komentaryo. (Para sa kopya ng video tape, mangyaring makipag-ugnay lamang sa isa sa mga samahang nakatala sa pahina 86).

1) Si **Dr. T.V.N. Persaud** ay Professor ng Anatomiya, Professor ng Pediatrics at Kalusugan ng mga Bata, at Professor ng Obstetrics, Gynecology, at Siyensiya ng Panganganak sa Unibersidad ng Manitoba, Winnipeg, Manitoba, Canada). Doon siya ay 16 na taong Pangulo ng Departamento ng Anatomiya. Siya ay kilalang-kilala sa larangang ito. Siya ay mangangatha at editor ng 22 aklat-aralin at lumathala ng mga 181 babasahing siyentipiko. Noong 1991, siya ay nakatanggap ng pinakamataas na parangal sa larangan ng Anatomiya sa Canada. Ang **J.C.B. Grant Award** mula sa Samahan ng mga Anatomista sa Canada (*Canadian Association of Anatomists*). Nang siya ay tanungin tungkol sa himala ng siyensiya na nasa Qur'an na kanyang sinaliksik, kanyang sinabi ang mga sumusunod:

"Sa paraang naipaliwanag sa akin, si Muhammad ay isang pangkaraniwang tao lamang. Hindi siya makabasa at makasulat. Katunayan, siya ay isang mangmang. At tayo'y nagsasalita labindalawa (ang totoo ay labing-apat) na daang taon na ang nakararaan. Mayroon kayang isang mangmang na nagsabi ng mga pahayag at mga pangungusap na nakapagtatakang katotohanan tungkol sa mga bagay na may kinalaman sa siyensiya. At sa aking sarili, hindi ko nakikita na ito ay nagkataon lamang. Lubhang napakaraming katumpakan at katulad ni **Dr. Moore**, hindi ako nahihirapang isipin na ito ay banal na inspirasyon o kapahayagang nag-akay sa kanya sa ganitong mga pahayag."

---

[1] Ang mga Gawa ni Aristotle salin sa Ingles (*The Works of Aristotle Translated into English*): Ang Pag-aaral Tungkol sa Panahon, vol. 3, Ross at mga iba pa, pp. 369a-369b).

Isinama ni **Professor Persaud** ang ilang taludtod sa Qur'an at salawikain ni Propeta Muhammad ﷺ sa kanyang mga sinulat na aklat. Kanya ring iniharap ang mga taludtod sa Qur'an at salawikain ni Propeta Muhammad ﷺ sa ilang mga komperensiya.

2) Si **Dr. Joe Leigh Simpson** ay Tagapangulo ng Departamento ng Obstetrics at Gynecology, Professor ng Obstetrics at Gynecology, at Professor Tungkol sa Bahagi at Kenetikang Pantao sa Bayle, Kolehiyo ng Medisina (Chairman of the Department of Obstetrics and Gynecology, Professor of Obstetrics and Gynecology and Professor of Molecular and Human Genetics), Houston, Texas, USA. Dati siyang Professor sa Ob-Gyn at Tagapangulo ng Departamento ng Ob-Gyn sa Unibersidad ng Tennessee, sa Memphis, Tennessee, USA (Professor of Og-Gyn and Chairman of Ob-Gyn at the University of Tennessee, Memphis, Tennessee, USA). Siya rin ay Presidente ng Samahan ng Pagpaparami ng Anak sa Amerika (American Fertility Society). Siya ay nakatanggap ng maraming parangal kasama ang parangal ng Kapisanan ng mga Professor sa Obstetrics at Gynecology sa Parangal sa Pagkilala ng Publiko (Association of Professors of Obstetrics and Gynecology Public Recognition Award) na gantimpla noong taong 1992. Pinag-aralan ni Professor Simpson ang mga sumusunod na dalawang salawikain ni Propeta Muhammad ﷺ:

{ Bawa't isa sa inyo, ang lahat ng bahagi ng inyong pagkakalikha ay tinipon sa loob ng sinapupunan ng inyong ina sa loob ng apatnapung araw... .}[1]

{ Pagkatapos ng apatnapu't dalawang gabi sa bilig, magsusugo ang Diyos ng angel para rito, na maghuhubog at maglilikha ng pandinig, paningin, balat, laman at buto.... }[2]

Pinag-aralan niya ang dalawang salawikaing ito ni Propeta Muhammad ﷺ, at kanyang itinala na ang apatnapung araw ay maliwanag na mapagpapasiyahang kabuuan ng panahon ng embryo-genesis (simula ng bilig). Siya ay lubos na humanga sa ganap na kawastuhan at katiyakan ng mga salawikain ni Propeta Muhammad ﷺ. At pagkatapos ng komperensiya, siya ay nagbigay ng sumusunod na opinyon:

"Kaya't, ang dalawang mga hadeeth (mga salawikain ni Propeta Muhammad ﷺ na naitala ay nagbigay sa atin ng tiyak na panahon para sa pinakamahalagang embryolohikal na paglaki ng bilig bago umabot ng apatnapung araw. Muli, ang punto ay pinatibayan, sa aking pala-

---

[1] Iniulat sa *Saheeh Muslim*, #2643, at sa *Saheeh Al-Bukhari*, #3208. Tala: Ang nakasulat sa pagitan ng dalawang panaklong na ito {…} dito sa aklat ay salin mula sa mga salawikain ni Propeta Muhammad ﷺ. Gayon din ang simbolo # na ginamit sa mga talababa, ay nagtuturo sa bilang ng *hadeeth*. Ang *hadeeth* ay maaasahang ulat ng mga Kasamahan ni Propeta Muhammad ﷺ kung ano ang kanyang mga sinabi, ginawa at binigyan ng pahintulot.

[2] Iniulat sa *Saheeh Muslim*, #2645.

gay, na inulit ng ibang mga mananalumpati ng umagang ito: ang mga hadeeth na ito ay hindi basta puwedeng makamit buhat sa mga kaalaman ng siyensiya (sa panahon) ng kanilang pagkakasulat.... Susunod dito, sa aking palagay, ay hindi lamang walang pagkakasalungatan sa pagitan ng kenetika (simula ng paglaki ng bilig) at relihiyon.... nguni't sa katunayan, ang relihiyon ay maaaring makapaggabay sa siyensiya sa pamamagitan ng pagdaragdag ng Kapahayagan sa mga pangkaraniwang paraan ng siyensiya, na mayroong mga naipakitang pangungusap sa Qur'an pagkatapos ng maraming dantaon na kinalaunan ay balidong nagpapatunay na ang kaalaman sa Qur'an ay galing sa Diyos."

3) Si **Dr. E. Marshall Johnson** ay Professor Emeritus (retiradong Professor nguni't taglay pa rin ang titulo) ng Anatomiya at Biyolohiya Hinggil sa Paglaki (Anatomy and Developmental Biology) sa Thomas Jefferson, Philadelphia, Pennsylvania, USA. Doon, sa loob ng 22 taon siya ay Professor ng Anatomiya, Tagapangulo ng Departamento ng Anatomiya (Anatomy and Chairman of the Department of Anatomy), at direktor sa Daniel Baugh Institute. Siya rin ay Presidente ng Samahan ng Teratolohiyo (Teratology Society). Siya ay nag-akda ng mahigit na 200 babasahin. Noong 1981, sa panahon ng Ika-7 Komperensiya Ukol sa Paggagamot (Seventh Medical Conference) sa Dammam, Saudi Arabia, si **Professor Johnson** ay nagsabi sa paghaharap ng kanyang sinulat (sinaliksik):

"Kabuuran: Ang Qur'an ay hindi lamang naglarawan sa paglaki ng panlabas na anyo (ng bilig), bagkus nagbigay-diin sa mga panloob na yugto, yugto sa loob ng bilig, hinggil sa kanyang pagkakalikha at paglaki, nagbibigay-diin sa mga mahahalagang pangyayari na kinilala ng kasalukuyang siyensiya."

Gayon din sinabi niya, "Bilang isang siyentipiko, puwede lamang akong magpanukala sa mga bagay na tiyak kong nakikita. Nauunawan ko ang bilig at ang Biyolohiya tungkol sa paglaki (embryology at developmental biology). Nauunawan ko ang mga salitang naisalin sa akin mula sa Qur'an. Tulad ng ibinigay kong halimbawa noon, kung magagawa kong mamuhay sa panahong iyon (sa panahon ni Muhammad) matapos kong malaman ang mga bagay na napag-alaman ko ngayon, hindi ko mailalarawan ang mga kaalamang ito. Wala akong nakikitang katibayan upang salungatin ang konsepto ng taong ito, at sabihin na si Muhammad ay gumagawa ng mga impormasyon mula sa ilang lugar. Kaya't wala akong nakikitang salungat sa pananaw na may kinalaman ang Diyos sa mga bagay na kanyang isinulat."[1]

---

[1] Si Propeta Muhammad ﷺ ay isang mangmang. Siya'y di-makabasa't makasulat nguni't idinikta niya ang Qur'an sa kanyang mga Kasamahan at iniutos sa ilan na isulat ito.

4) Si **Dr. William W. Hay** ay isang kilalang siyentipiko ng karagatan (*Marine Scientist*). Siya ay Professor ng Siyensiya ng Geolohiya (*Geological Sciences*) sa Unibersidad ng Colorado, Boulder, Colorado, USA. Dati siyang Dekano ng Paaralang Pangkaragatan ng Rosenstiel at Siyensiyang Pang-atmospera (*Rosenstiel School of Marine and Atmospheric Science*) sa Unibersidad ng Miami, Miami, Florida, USA. Pagkatapos makipagtalakay kay Professor Hay hinggil sa mga nabanggit sa Qur'an na mga katotohanan kamakailan lamang natuklasan, sinabi niya:

"Natagpuan kong nakahihikayat na ang impormasyong ito ay nasa lumang kasulatan ng Banal na Qur'an, at wala akong paraang alamin kung saan sila nanggaling, nguni't sa aking palagay, lubhang nakaaakit na sila'y naroroon at ang gawaing ito ay patuloy upang sila ay matagpuan, ang kahulugan ng ilang mga bahaging sipi." At nang siya'y tanungin hinggil sa pinagmulan ng Qur'an, siya ay sumagot:

"Sa aking palagay, ito ay galing sa Diyos."

5) Si **Dr. Gerald C. Goeringer** ay Direktor ng Korso at Kasamang Professor Ukol sa Panggagamot sa Bilig sa Departamento ng Biyolohiya ng Selule, Paaralan ng Medisina (Course Director and Associate Professor of Medical Embryology at the Department of Cell Biology, School of Medicine), sa Unibersidad ng Georgetown, Washington, DC, USA. Noong panahon nang Ika-8 Komperensiya sa Saudi Ukol sa Paggagamot (Eight Saudi Medical Conference) sa Riyadh, Saudi Arabia, si Professor Goeringer ay nagsabi sa paghaharap ng kanyang nasaliksik:

"Sa iilang mga aayah (taludtod ng Qur'an) ay mayroong malawak na nilalaman sa paglalarawan hinggil sa paglaki ng bilig sa simula nito sa pamamagitan ng organogenesis (simula ng organo (bilig)). Walang natatangi at kompletong talaan sa paglaki ng bilig tulad ng pagbubukod-bukod, terminolohiya, paglalarawan na dating umiiral. Sa karamihan, kung hindi sa lahat ng pagkakataon, ang talaan sa paglalarawan (sa Qur'an) hinggil sa iba't ibang yugto ng bilig ng tao sa kanyang unang paglaki (sa sinapupunan ng ina) ay higit na nauna nang maraming dantaon kaysa sa talaan ng pangkaraniwang talaan ng siyensiya."

6) Si **Dr. Yoshihide Kozai** ay isang Professor Emeritus sa Unibersidad ng Tokyo, Hongo, Tokyo, Japan, at dati siyang direktor ng Pambansang Obserbatoryo sa Astronomiya (National Astonomical Observatory), sa Mitaka, Tokyo, Japan, Sinabi niya:

"Ako'y lubos na humanga sa mga natuklasan ko sa Qur'an hinggil sa mga katotohanan sa Astronomiya at tayo bilang makabagong Astronomiyo ay nag-aaral lamang ng maliit na bahagi ng Sandaigdigan. Lubos nating inuubos ang ating panahon sa pag-aaral sa napakaliit na

H) Komentaryo ng mga Siyentipiko Hinggil sa mga Himalang nasa Qur'an

bagay. Dahil sa paggamit ng mga teleskopyo, nakikita natin ang maliliit na mga bahagi ng kalangitan na hindi nagsasaalang-alang sa kabuuan ng sandaigdigan. Kaya't sa pamamagitan ng pagbasa sa Qur'an at sa pagsagot sa mga katanungan, sa aking palagay, matatagpuan ko ang aking daan sa hinaharap na pagsisiyasat sa sandaigdigan."

7) Si **Professor Tejatat Tejasen** ay Tagapangulo sa Departamento ng Anatomiya (Chairman of the Department of Anatomy), sa Unibersidad ng Chiang Mai, Thailand. Dati siyang Dekano ng mga Tagaturo ng Medisina sa naturang Unibersidad. Sa panahon nang Ika-8 Komperensiya sa Saudi Ukol sa Paggagamot (Eight Saudi Medical Conference) sa Riyadh, Saudi Arabia, si **Professor Tajasen** ay tumayo at nagsabi:

"Sa huling nakaraang tatlong taon, ako'y naging interesado sa Qur'an.... Mula sa aking pag-aaral at sa mga natutuhan ko sa Komperensiyang ito, ako ay naniniwala na ang lahat ng nakatala sa Qur'an noong nakaraang labing-apat na daang taon ay mga katotohanan na maaaring mapatunayan sa pamamagitan ng siyensiya. Dahil si Muhammad ﷺ ay di-makabasa't makasulat, si Muhammad ay isang Sugo na nagdala ng katotohanang ito, na ipinahayag sa kanya bilang paliwanag ng Nagiisang karapat-dapat na Tagapaglikha. Ang Tagapaglikhang ito ay tiyak na ang Diyos. Sa gayong dahilan, sa aking palagay ito na ang panahon upang magsabi ng **La ilaha illa Allah** – [Walang diyos na karapat-dapat pag-ukulan ng pagsamba maliban sa Allah (Diyos)], **Muhammad rasoolu Allah**, - (si Muhammad ay Sugo ng Allah). Sa huli, binabati ko ang mahusay at matagumpay na pagsasaayos ng Komperensiyang ito.... Nakamtan ko hindi lamang ang pananaw ng siyensiya at pananaw ng relihiyon bagkus pati na ang makapulong ang maraming kilalang mga siyentipiko at magkaroon ng mga bagong kaibigan mula sa mga dumalo. At ang pinakamahalagang nakamtan ko sa pagpunta sa lugar na ito ay ang **La ilaha illa Allah, Muhmmad rasoolu Allah**, at ang maging isang **Muslim.**"

Pagkatapos ng lahat ng mga halimbawa, na ating nakita sa mga himalang makasiyensiya sa Banal na Qur'an at ang lahat ng mga komentaryo ng mga siyentipiko, tanungin natin ang ating mga sarili:

- Nagkataon lamang ba ang lahat ng natuklasang impormasyong makasiyensiya mula sa iba't ibang mga larangang nabanggit sa Qur'an na naipayahag noong nakaraang labing-apat na dantaon?
- Maaari kayang iakda ni Muhammad o ng ibang tao ang Qur'an?

Ang maaari lamang posibleng kasagutan ay, ang Qur'an ay letra-por-letrang salita ng Allah na Kanyang ipahayag.

(2) Ang Matinding Hamon na Lumikha ng Isang Kabanata na Katulad ng mga Kabanata sa Banal na Qur'an

Sinabi ng Allah sa Qur'an:

❨ At kung kayo ay may pag-aalinlangan hinggil sa Aming ipinahayag (ang Qur'an) sa Aming alipin (Muhammad [saws]), magkagayo'y maglahad (kayo) ng katulad na kabanata, at tawagin ang inyong mga saksi (mga tagatangkilik at mga katulong) maliban sa Allah kung kayo nga ay mga matatapat. At kung hindi ninyo magagawa, at katiyakang kailanma'y hindi ninyo magagawa, samakatuwid matakot sa Apoy (Impiyerno) na ang panggatong ay mga tao at mga bato na inihanda para sa di-sumasampalataya. At ibigay ang magandang balita (O Muhammad) sa mga sumasampalataya at gumagawa ng mga kabutihan, na sasakanila ang mga halamanan (Paraiso) na sa ilalim nito ay may dumadaloy na mga batis… ❩ (Qur'an, 2:23-25)

Mula pa nang naipahayag ang Qur'an, labing-apat na dantaon ang nakaraan, ay walang sinupaman ang nakapaglikha ng isang kabanata na katulad ng mga kabanata na nasa Qur'an hinggil sa kanilang kagandahan, kahusayan, kaluwalhatian, matalinong pagbabatas, wastong impormasyon, katotohanang hula at iba pang wastong katangian. Itala rin na ang pinakamaliit na kabanata sa Qur'an (Kabanata 108) ay binibuo

Ang pinakamaliit na Kabanata sa Qur'an (Kabanata 108), subali't walang sinuman ang nakatugon sa hamon na lumikha ng kabanata na katulad sa mga kabanata ng Qur'an.

lamang ng sampung mga salita, gayunpaman, ay walang sinuman ang nakatugon sa hamon, noon pa man at ngayon.[1] Ilan sa mga di-sumasampalataya na mga Arabo na kaaway ni Propeta Muhammad ﷺ ay nagsikap na tugunan ang hamon upang mapatunayan na si Muhammad ﷺ ay hindi tunay na propeta, nguni't sila'y nangabigo.[2] Ang pagkabigong ito sa kabila ng katotohanang naipahayag ang Qur'an sa kanilang sariling wika at salita at ang mga Arabo sa panahon ni Muhammad ﷺ ay mga taong mahuhusay magsalita at kumatha ng mga magaganda at mahuhusay na mga tula, ay binabasa at tinatangkilik pa rin ngayon.

(3) Mga Hula sa Bibliya Hinggil sa Pagdating ni Muhammad ﷺ, ang Propeta ng Islam

Ang mga hula hinggil sa pagdating ni Propeta Muhammad ﷺ ay mga katibayan sa katotohanan ng Islam para sa mga taong naniniwala sa Bibliya.

Sa Deuteronomy 18, Sinabi ni Moises na ang Diyos ay nagsabi sa kanya:

"**Magsusugo Ako ng isang propeta mula sa kanilang mga kapatid; Ilalagay Ko ang Aking Salita sa kanyang bibig, at kanyang sasalitain ang lahat ng Aking ipag-uutos. Kung sinuman ang hindi makikinig sa Aking mga Salita na sasalitain ng propeta sa Aking Pangalan, Ako mismo ang tatawag sa kanya upang managot.**" (Deuteonomy 18:18-19)[3]

Mula sa mga taludtod na ito ay aming ipinapasiya na ang propetang isinugo sa hulang ito ay may ganitong tatlong katangian:

1) Na siya ay Propetang katulad ni Moises
2) Na siya ay nagmula sa mga kapatid ng mga Israelita, (ang mga Ismaelita).
3) Na ilalagay ng Diyos ang Kanyang Salita sa bibig ng Propetang ito at kanyang ipahahayag kung ano ang ipinag-uutos sa kanya ng Diyos.

Ating susuriin ang tatlong katangiang ito sa lalong malalim (na pag-aaral).

---

[1] Tingnan ang *Al-Borhan fee Oloom Al-Qur'an*, (Al-Borhan fee Oloom Al-Qur'an), Al-Zarkashy, vol. 2, p. 224.
[2] Tingnan ang *Al-Borhan fee Oloom Al-Qur'an* (Al-Borhan fee Oloom Al-Qur'an), Al-Zarkashy, vol. 2, p. 226.
[3] Ang mga taludtod ng Bibliya sa aklat na ito ay hango mula sa 'Ang Bagong Pandaigdigang Bersiyon ng Pag-aaral sa Bibliya', (*The NIV Study Bible, New International Version*).

1) Ang Propetang katulad ni Moises:

Mahirap makatagpo ng dalawang propeta na halos magkatulad gaya nila Moises at Muhammad (mapasakanila nawa ang kapayapaan at pagpapala ng Allah). Kapwa silang binigyan ng malawakang batas at pamamaraan ng buhay. Kapwa nakibaka sa kanilang mga kaaway at himalang nagtagumpay. Kapwa silang tinanggap bilang mga propeta at estadista (bihasa sa paghawak ng gobyerno). Kapwa silang nandayuhan pagkatapos magkaroon ng pakana na sila'y patayin. Ang mga pagkakatulad sa pagitan ni Moises at Hesus sa mga nabanggit ay di lamang di-katangap-tangap sa mga ito bagkus maging pati na rin sa ibang mga mahahalagang bagay. Kabilang dito ay ang natural na pagkapanganak, ang buhay may pamilya, at ang kamatayan ni Moises at Muhammad, subali't si Hesus ay iba. Bukod pa rito, si Hesus ay pininiwalaan ng kanyang mga tagasunod na anak ng diyos at hindi lamang bilang isang propeta ng Diyos, na katulad ng paniniwala kina Moises at Muhammad, gaya ng paniniwala ng mga Muslim kay Hesus (bilang isang propeta). Kaya't, ang hula na ito ay tumutukoy kay Muhammad at hindi kay Hesus, dahil si Muhammad ay higit na katulad ni Moises kaysa kay Hesus.

Gayon din, sinuman ay makapapansin sa Ebanghelyo ni Juan na ang mga Hudyo ay naghihintay sa katuparan ng tatlong mga natatanging hula. Ang una, ang pagdating ng "**Kristo**". Ang Pangalawa, ang pagdating ni "**Elijah**", at ang Pangatlo, ay ang pagdating ng "**Propeta**". Ito ay maliwanag mula sa tatlong katanungan na itinanong kay Juan Bautista: "**Ito ang patotoo ni Juan, nang ang mga Hudyo sa Herusalem ay nag-utos sa mga pari at mga angkan ni Levi (Leviticos) na tanungin kung sino siya. Hindi siya nagkulang sa pagpapapatotoo bagkus malaya siyang nagtapat. "Hindi ako ang Kristo." Tinanong siya, "Kung gayon, sino ka? Ikaw ba si Elijah?"** Siya ay nagsabi, "**Hindi ako**". "**Ikaw ba ang Propeta?**" Siya ay sumagot, "**Hindi**." (Juan 1:19-21- NIV). Kung titingnan natin sa Bibliyang mayroong ibang reperensiya, makikita natin sa talababa kung saan matatagpuan ang katagang "**ang Propeta**", ito ay nasa Juan 1:21, na ang mga salitang ito ay tumutugon sa mga salita sa hula sa Deuteronomy 18:15 at 18:18.[1] Aming ipinapasiya mula rito na hindi si Hesus ang tinutukoy sa nabanggit sa Deuteronomy 18:18.

2) Mula sa mga kapatid ng mga Israelita:

Si Abraham ay mayroong dalawang anak na lalake, si Ismael at si Isaac (Genesis 21). Si Ismael ay siyang naging kanunu-nunuhan ng bansang Arabo, at si Ishaq (Isaac) ang siyang naging nuno ng bansang Hudyo. Ang nabanggit na propeta ay hindi magmumula sa mga Hudyo, bagkus magmumula sa kanilang mga kapatid, tulad halimbawa ng mga Ismaelita. Si Muhammad na nagmula sa angkan ni Ismael, ay katiyakang **ang propetang** tinutukoy dito.

---

[1] (Tingnan ang maliliit na talababa sa 'Ang Bagong Pandaigdigang Bersiyon ng Pag-aaral sa Bibliya' (*The NIV Study Bible, New International Version*), sa taludtod 1:21 p. 1954.

Gayon din, ang Isaiah 42:1-13 ay nagsasabi tungkol sa alipin ng Diyos, ang Kanyang "Pinili" at "Sugo" na magbababa ng batas. "Di siya masisiraan ng loob o mawawalan ng pag-asa hanggang kanyang mapairal ang katarungan sa lupa. Sa kanyang batas ilalagay ng mga isla ang kanilang pag-asa. (Isaiah 42:4). Ang taludtod bilang 11, ay nagsasabi na hinihintay ang sugo mula sa angkan ni Kedar. Sino ba si Kedar? Sang-ayon sa Genesis 25:13, si Kedar ay pangalawang anak na lalaki ni Ismael, ang angkang pinagmulan ni Propeta Muhammad.

3) Ilalagay ng Diyos ang Kanyang Salita sa Bibig ng Propetang ito:

Ang mga salita ng Diyos (ang banal na Qur'an) ay totoong nailagay sa bibig ni Muhammad. Isinugo ng Diyos ang anghel Gabriel upang turuan si Muhammad (Muhammad ng eksaktong mga salita ng Diyos, ang (Banal na Qur'an) at iniutos sa kanya na sabihin sa mga tao na katulad ng kanyang narinig. Samakatuwid, ang mga salita ay hindi galing sa kanya. Hindi sila nagbuhat sa kanyang sariling isipan, subali't iniligay ng anghel Gabriel sa kanyang bibig. Sa panahon ni Muhammad at sa kanyang pagsubaybay, ang mga salitang ito ay naisaulo at naisulat ng kanyang mga Kasamahan.

Pansinin ang sinabi ng Diyos, pagkatapos ng hula sa Deuteronomy 18:18, **"Kung sinuman ang hindi makikinig sa Aking mga Salita na sasalitain ng propeta sa Aking Pangalan, Ako mismo ang tatawag sa kanya upang managot."** Deuteronomy 18:19 – NIV) Ito ay nangangahulugan na sinuman ang naniniwala sa Bibliya ay kailangang maniwala sa kung ano ang sinabi ng propeta (Moises), at ang propeta na tinutukoy ay walang iba kundi si Muhammad.

(Para sa mga karagdagang impormasyon, mangyaring bisitahin ang www.islam-guide.com/mib hinggil kay Muhammad sa Bibliya.)

(4) Ang mga Taludtod sa Qur'an na Bumabanggit sa mga Pangyayari sa Hinaharap na Nagkatotoo

Isa sa mga halimbawang pangyayari na iniulat sa Qur'an ay ang pagwawagi ng mga Romano laban sa mga Persiyano sa loob ng 3 hanggang 9 na taon pagkatapos matalo ng mga Persiyano ang mga Romano. Sinabi ng Allah sa Qur'an:

> ❨ **Ang mga Romano ay natalo sa malapit na lupain (sa Tangway [Peninsula] ng Arabia), at pagkatapos ng kanilang pagkatalo, sila ay magwawagi pagkaraan ng tatlo hanggang siyam na taon....** ❩ (Qur'an, 30:2-4)

Tingnan natin kung ano ang sinasabi ng kasaysayan tungkol sa digmaang ito. Ang aklat na pinamagatang 'Kasaysayan ng Bansang Byzantino' (History of the Byzantine State) ay nagsabi na ang mga Romanong kawal ay nalupig nang lubusan sa Antioch noong 613 A.D., at bunga nito, ang mga Persiyano ay nagpatuloy sa iba't ibang mga labanan.[1] Sa panahong iyon, mahirap isipin na tatalunin ng mga Romano ang mga Persiyano, subali't ang Qur'an ay nagsabi na magwawagi ang mga Romano pagkatapos ng tatlo hanggang siyam na taon. Noong 622 A.D., siyam na taon pagkaraang matalo ang mga Romano, ang dalawang hukbo (mga Romano at Persiyano) ay nagharap muli sa lupain ng Armenia, at ang resulta ay matagumpay na pagkapanalo ng mga Romano laban sa mga Persiyano sa unang pagkakataon pagkatapos ng pagkatalo nila noong 613.[2] Ang hula ay natupad tulad ng sinabi ng Allah sa Qur'an.

Mayroon din ibang mga talata sa Qur'an at salawikain ni Propeta Muhammad ﷺ na nagsasabi ng mga pangyayari sa hinaharap na nagkatotoo.

(5) Mga Himala na Ginawa ni Propeta Muhammad ﷺ

Maraming mga himalang ginawa si Propeta Muhammad ﷺ sa pamamagitan ng pahintulot ng Allah. Ang mga himalang ito ay nasaksihan ng maraming tao. Halimbawa:

- Nang ang mga di-sumasampalataya sa Makkah ay nagsabi kay Propeta Muhammad ﷺ na magpakita ng isang himala, ipinakita niya ang pagkabiyak ng buwan.[3]

- Ang pagdaloy ng tubig sa mga daliri ni Propeta Muhammad ﷺ nang nauhaw ang kanyang mga kasamahan at walang tubig maliban lamang sa kakaunting tubig sa sisidlan. Pumunta sila sa kanya at nagsabi na walang tubig para magamit sa paghuhugas o inumin. Kaya't inilagay ni Muhammad ﷺ ang kanyang kamay sa sisidlan at ang tubig ay nagsimulang tumulo mula sa kanyang mga daliri. Kaya't sila'y uminom at naghugas. Ang kanilang bilang ay isang libo at limang daan.[4]

Marami pang iba't ibang himalang ginawa niya o nangyari sa kanya.

---

[1] Kasaysayan ng Bansang Byzantino (*History of the Byzantine State*), Ostrogorsky, p. 95
[2] *Kasaysayan ng Byzantino, Bansak Ostrogorsky, pahina bilang 95, mga pahina bilang 100-101, at Kasaysayan ng Persia, Sykes, vol. 3 mga pahina 483-484. Gayon din ang Encyclopaedia Britannica, Micropaedia Vol. 4 p. 1036.*
[3] Iniulat sa *Saheeh Al-Bukhari*, #3637, at sa Saheeh Muslim, #2802.
[4] Iniulat sa *Saheeh Al-Bukhari*, #3676, at sa Saheeh Muslim, #1856.

(6) Ang Simpleng Buhay ni Muhammad ﷺ

Kung ating ihahambing ang buhay ni Muhammad ﷺ bago dumating ang kanyang misyon bilang isang propeta at ang kanyang buhay pagkatapos niyang nagsimula sa kanyang misyon bilang propeta, ating maipapasiya na ito'y lagpas sa katwiran na isiping si Muhammad ﷺ ay isang bulaang propeta, na umangkin ng pagkapropeta upang makamit lamang ang mga materyal, katanyagan, kadakilaan o kapangyarihan.

Bago pa ang kanyang misyon bilang propeta, si Muhammad ﷺ ay walang pag-aalala sa salapi. Bilang matagumpay at kilalang mangangalakal, si Muhammad ﷺ ay kumikita ng kasiya-siya at maginhawang tubo. Pagkatapos ng kanyang misyon bilang propeta at dahil dito, siya ay naging hirap sa mga pangangailangan. Upang higit na maliwanag, tunghayan natin ang mga sumusunod na salawikain hinggil sa kanyang buhay:

- Si Aa'isha, asawa ni Muhammad ﷺ, ay nagsabi, "O aking pamangkin, makikita natin ang tatlong bagong buwan sa loob ng dalawang buwan na hindi man lang nakapagpadingas ng apoy (nakapagluto ng pagkain) sa bahay ng Propeta ﷺ. Ang kanyang pamangkin ay nagtanong, "O aking tiya, ano ang inyong kinakain? Sinabi niya, "Ang dalawang maiitim na bagay, mga Tamar at tubig, subali't ang Propeta ﷺ ay may mga kapitbahay na mga Ansar na may mga inahing kamelyo na ginagatasan at nakaugalian nilang magbigay ng gatas sa Propeta ﷺ.[1]

- Si Sahl Ibn Sa'ad, isa sa mga kasamahan ni Muhammad ﷺ ay nagsabi, ang Propeta ng Allah, ay di-nakakita ng tinapay na gawa mula sa pinong harina simula nang siya'y isugo ng Allah (bilang propeta) hanggang siya'y mamatay."[2]

- Si Amr Ibn Al-Hareth, isa sa mga kasamahan ni Muhammad ﷺ ay nagsabi nang mamatay ang Propeta ﷺ, siya'y hindi nakaiwan ng salapi o anupamang bagay maliban sa isang puting mola, armas at isang lupa para sa kawanggawa.[3]

Si Muhammad ﷺ ay namuhay na mahirap hanggang sa kanyang kamatayan, bagama't ang kayamanan ng mga Muslim ay nasa kanyang kapangyarihan at kapasiyahan, ang pinakamalaking bahagi ng Tangway ng Arabia ay mga Muslim bago siya namatay, at ang mga Muslim ay mapanagumpay pagkatapos ng labingwalong taon ng kanyang misyon.

Posible kayang inangkin ni Muhammad ﷺ ang pagkapropeta upang makamtan lamang ang mataas na kalagayan, kadakilaan, o kapangyarihan?

---

[1] Iniulat sa Saheeh Muslim, #2972, at sa Saheeh Al-Bukhari, #567.
[2] Iniulat sa Saheh Al-Bukhari #5413, at Al-Tirmizi, #2364.
[3] Iniulat sa Saheeh Al-Bukhari, #2739 at sa Mosnad Ahmad, #17990.

Ang pagnanais na matamasa ang mataas na kalagayan at kapangyarihan ay pangkaraniwang nasasamahan ng marangyang pagkain, magagarang mga damit, malalaking palasyo, mga guwardiya at di-matutulang kapangyarihan. Ang mga palatandaan bang ito ay makikita kay Muhammad ﷺ? Ang ilang maikling sulyap sa kanyang buhay ay maaaring makatulong sa pagsagot sa mga sumusunod na katanungan.

Sa kabila ng kanyang mga tungkulin bilang propeta, maestro, estadista, at hukom, si Muhammad ﷺ ay karaniwang naggagatas ng kanyang kambing[1], inaayos (nililinis) ang kanyang mga damit, inaayos ang kanyang sapatos[2], tumutulong sa gawaing pambahay[3], at binibisita ang mga taong mahihirap kung sila ay may mga sakit.[4] Tumulong din siya sa kanyang mga kasamahan sa paghukay ng bambang sa pamamagitan ng paghakot ng buhangin.[5] Ang kanyang buhay ay isang kahanga-hangang modelo sa pagkasimple at pagkamababang-loob.

Minamahal si Muhammad ﷺ ng kanyang mga tagasunod, nirerespeto at pinagkakatiwalaan nang lubos. Gayon man, lagi niyang idinidiin na ang pagsamba ay kailangang iukol lamang sa Allah at hindi sa kanya. Si Anas, isa sa mga kasamahan ni Muhammad ﷺ, ay nagsabi na walang ibang tao ang minamahal nila nang higit kay Propeta Muhammad ﷺ, gayon pa man, kapag siya ay pumupunta sa kanila, hindi sila tumatayo dahil siya'y nagagalit kapag sila ay tumatayo para sa kanya, tulad ng ginagawa ng ibang tao sa kanilang mga malalaking panauhin.[6]

Bago pa man ang inaasahang tagumpay ng Islam at sa simula pa lamang ng mahabang panahon ng matinding pasakit at labis na pagpapahirap, pagdurusa, at pagmamalupit kay Muhammad ﷺ at sa kanyang mga kasamahan, nakatanggap na siya ng kawili-wiling alok. Ang sugo ng mga pinunong pagano na si Otba, ay pumaroon sa kanya at nagsabi, "…Kung gusto mo ng salapi, lilikom kami ng salapi para sa iyo upang ikaw ay maging pinakamayaman sa amin. Kung gusto mong maging pinuno, tatanghalin ka namin bilang aming pinuno at kailanma'y hindi kami magpapasiya na wala ang iyong pahintulot. Kung gusto mo ng kaharian, ay gagawin ka namin bilang aming hari.…" Isang pagpapahinuhod lamang ang kailangan kay Muhammad ﷺ bilang kapalit ng mga ito, na kanyang iwanan ang pagtawag sa mga tao sa Islam at sa pagsamba sa Nag-iisang Allah na walang katambal. Hindi ba ang alok na ito ay nakatutukso sa isang naghahanap ng makamundong pakinabang?

---

[1] Iniulat sa *Mosnad Ahmad*, #25662.
[2] Iniulat sa *Saheeh Al-Bukhari*, #676, at sa *Mosnad Ahmand*, #25517.
[3] Iniulat sa *Saheeh Al-Bukhari* #676, at sa *Mosnad Ahmad*, #23706.
[4] Iniulat sa *Mowatta' Malek*, #531
[5] Iniulat sa *Saheeh Al-Bukhari*, #3034, at sa *Saheeh Muslim*, #1803, at sa *Mosnad Ahmad*, #18017.
[6] Iniulat sa *Mosnad Ahmad*, #12117, at sa *Al-Tirmizi*, #2754.

Nag-aatubili ba si Muhammad ﷺ nang gawin ang alok? Tinanggihan ba niya bilang isang estratihiya sa pakipagtawaran upang buksan ang pinto para sa higit pang mabuting alok? Ang sumusunod ay kanyang kasagutan: **{Sa Ngalan ng Allah, ang Pinakamahabagin, ang Pinakamaawain}** At kanyang binigkas kay Otba ang mga taludtod ng Qur'an 41:1-38.[1] Ang mga sumusunod ay ilan sa mga taludtod:

❨ **Ang kapahayagan mula sa (Allah), ang Pinakamahabagin, ang Pinakamaawain; ang Aklat na kung saan ang mga taludtod ay naipaliwang nang detalye; ang Qur'an sa Arabik, para sa mga taong maalam, nagbibigay ng magandang balita at babala, subali't marami sa kanila ang tumalikod, kaya't hindi sila nakinig.** ❩ **(Qur'an, 41:2-4)**

Sa ibang okasyon at bilang sagot sa pakiusap ng kanyang tiyuhin na itigil na niya ang pagtawag sa mga tao sa Islam, ang sagot ni Muhammad ﷺ ay matatag at matapat: **{Sumusumpa ako sa Ngalan ng Allah, O aking tiyo! Kung ilagay man nila ang araw sa aking kanang kamay at ang buwan sa aking kaliwang kamay para iwanan ko ang bagay na ito (pagtawag sa mga tao sa Islam), kailanma'y hindi ako titigil hangang gawing matagumpay ng Allah o ako ay mamamtay sa pagtatanggol dito.**[2]

Si Muhammad ﷺ at ang kanyang mga tagasunod ay hindi lamang nagdusa sa kalupitan sa loob ng tatlumpong taon, bagkus ang mga di-sumasampalataya ay makailang ulit pang nagtangkang patayin siya (Muhammad ﷺ). Sa isang pagkakataon, kanilang sinubok na siya ay patayin sa pamamagitan ng pagbagsak sa kanyang ulo ng isang malaking bato.[3] Sa iba namang pagkakataon ay sinubok nilang patayin siya sa pamamagitan ng paglalagay ng lason sa kanyang pagkain.[4] Ano ang maibibigay na katwiran sa ganitong uri ng buhay na pagdurusa at sakripisyo kahit na siya ay lubos nang nagtagumpay sa kanyang mga katunggali? Ano ang paliwanag sa kababaang-loob at kabanalan na kanyang ipinakita sa mariringal na sandali ng kanyang buhay, sa sandali na kanyang iginiit na ang tagumpay ay tanging nagmumula lamang sa Allah at hindi sa kanyang katalinuhan? Ito ba ang pag-uugali ng isang gutom sa kapangyarihan o isang makasariling tao?

---

[1] *Al Serah Al-Nabaweyyah*, Ibn Hesham, vol, 1, pp. 293-294.
[2] *Al Serah Al-Nabaweyyah*, Ibn Hesham, vol, 1, pp. 265-266.
[3] *Al Serah Al-Nabaweyyah*, Ibn Hesham, vol, 1, pp. 265-266.
[4] Iniulat sa *Al-Daremey*, #68, at sa *Abu-Dawood*, #4510.

(7) Ang Pambihirang Pag-unlad ng Islam

Sa katapusan ng kabanatang ito, naaangkop na turulin ang mahahalagang palatandaan sa katotohanan ng Islam. Kilalang-kilala sa Estados Unidos na ang Islam ay siyang pinakamabilis na lumalaking relihiyon. Ang mga sumusunod ay ilan sa mga pagsubaybay sa pangyayaring ito:

- "Ang Islam ay siyang pinakamabilis na lumalaking relihiyon sa Amerika, ang patnubay at haligi para sa katatagan ng marami nating tao…" (Hillary Rodham Clinton, Los Angeles Times).[1]
- "Ang mga Moslem ang grupong pinakamabilis na lumalaki…" (The Population Reference Bureau, USA Today).[2]
- "…Ang Islam ay ang relihiyong pinakamabilis na lumalaki sa bansa." (Geraldine Baum; Newsday, Religion Writer, Newsday).[3]
- "Ang Islam ang pinakamabilis na lumalaking relihiyon sa Estados Unidos…"(Ari L. Godman, New York Times).[4]

Ang pangyayaring ito ay palatandaan na ang Islam ay tunay na relihiyong mula sa Diyos. Hindi makatwirang isipin na napakaraming mga Amerikano at mga tao sa iba't ibang bansa ang pumasok sa Islam na hindi nagbibigay ng maingat at malalim na pag-iisip bago magpasiya na ang Islam ay katotohanan. Ang mga balik-Islam na ito ay mula sa iba't ibang bansa, uri, lahi, at baitang ng buhay. Kasama rito ang mga siyentipiko, propesor, pilosopo, peryodista, pulitiko, artista, at mga atleta.

Ang mga kadahilanang nabanggit sa kabanatang ito ay bumuo lamang ng ilang katibayang nagpapatotoo sa paniniwala na ang Qur'an ay literal na Salita ng Diyos, na si Muhammad ay tunay na Propetang isinugo ng Diyos at ang Islam ay tunay na relihiyon mula sa Diyos.

---

[1] Larry B. Stammer, Times Religion Writer, "Gumawa ng Paraan ang Unang Ginang para sa mga Muslim," (*First Lady Breaks Ground With Muslims*), Los Angeles Times, Edisyong Pambahay, Punong-Distrito, Parteng B, May 31, 1996, p. 3).

[2] Timothy Kenny, "Sa iba mang dako ng Daigdig," (*Elsewhere in the World*), Ang USA Ngayon, Huling Edisyon, Bahagi ng Balita, February 17, 1989, p. 4A.

[3] Geraldine Baum, "Para sa Pag-ibig ng Allah," (*For Love of Allah*), Newsday, Nassau and Suffok Edition, Part II, March 7,1989, p. 4.

[4] Ari L. Godman, "Ang Umiiral na Kalakaran sa Islam ay Agad Pinasok ng mga Maiitim na Amerikano," (*Mainstream Islam Rapidly Embraced by Black Americans*), New York Times, Panghuling Edisyon ng Huling Lungsod, February 21, 1989, p. 1.)

KABANATA 2

ILAN SA MGA PAKINABANG SA ISLAM

Ang Islam ay nagbibigay ng maraming pakinabang sa tao at lipunan. Ang kabanatang ito ay bumabanggit ng ilang mga pakinabang na makakamit ng tao sa pamamagitan ng Islam.

(1) Ang Pintuan Patungo sa Walang-Hanggang Paraiso

Sinabi ng Allah sa Qur'an:

❨ At ibigay ang magandang balita (O Muhammad) sa mga sumasampalataya at gumagawa ng kabutihan, na sasakanila ang mga Halamanan (sa Paraiso) na sa ilalim nito ay may dumadaloy na mga batis… ❩ (Qur'an, 2:25)

Sinabi ng Allah sa Qur'an:

❨ Mag-unahan sa isa't isa tungo sa kapatawaran ng inyong Panginoon at sa Paraiso na ang lawak ay kasinlawak ng langit at lupa na inihanda para sa mga sumasampalataya sa Allah at sa Kanyang mga Sugo…. ❩ (Qur'an, 57:21)

Sinabi ng Propeta ﷺ sa amin na ang pinakamababang uri ng kalagayan ng isang maninirahan sa Paraiso ay magkakaroon makasampung ulit na katulad ng mundong ito.[1] At siya ay magkakaroon ng alinman sa kanyang iibigin ng makasampung ulit na katulad noon.[2] Gayon din, sinabi ni Propeta Muhammad ﷺ: {Ang lugar sa Paraiso na kasinlaki ng talampakan ay higit na mabuti kaysa mundo at sa nilalaman nito}.[3] Sinabi rin niya: {Sa Paraiso may mga bagay na wala pang matang nakakita, wala pang taingang nakarinig at wala pang isip ng tao ang nakaunawa}.[4] Sinabi rin niya: {Ang pinakaabang tao sa mundo na nakatakda sa Paraiso ay sandaling ilalagay sa Paraiso. Pagkata-

---

[1] Iniulat sa *Saheeh Muslim*, #186, at sa *Saheeh Al-Bukhari*, #6571
[2] Iniulat sa *Saheeh Muslim*, #188, at sa *Mosnad Ahmad*, #10832.
[3] Iniulat sa *Saheeh Al-Bukhari*, #6568, at sa *Mosnad Ahmad*, #13368.
[4] Iniulat sa *Saheeh Muslim*, #2825, at sa *Mosnad Ahmad*, #8609.

pos siya ay tatanungin, "Anak ni Adam, ikaw ba ay nakaranas ng anumang karukhaan. Nakaranas ka ba ng kahirapan? Sasabihin niya, "Hindi po Diyos ko, O aking Panginoon, kailanman ay hindi ako nakaranas ng anumang karukhaan at kailanma'y hindi ako nakaranans ng anumang kahirapan."}.[1]

Kung ikaw ay papasok sa Paraiso, ikaw ay mamumuhay nang maligayang-maligaya na walang karamdaman, sakit, paghihirap, kalungkutan, o kamatayan. Ang Allah ay masisiyahan sa iyo at ikaw ay mabubuhay doon nang walang hanggan. Sinabi ng Allah sa Qur'an:

❴ Subali't yaong mga naniniwala at gumagawa ng mga kabutihan, Amin silang papapasukin sa Halamanan (sa Paraiso) na kung saan umaagos sa ilalim nito ang mga batis, mananahan doon nang walang-hanggan… ❵ (Qur'an, 4:57)

(2) Kaligtasan Mula sa Impiyerno

Sinabi ng Allah sa Qur'an:

❴ Katotohanan yaong tumalikod at namatay na di-nananampalataya, hindi kailanman tatanggapin sa isa sa kanila maging ang daigdig na puno ng ginto kahit na ialok pa niya itong pantubos. Mapapasakanila ang napakasakit na parusa at wala silang magiging tagatulong (upang mapagaan ang kanilang parusa. ❵ (Qur'an, 3:91)

Kaya't, ang buhay na ito ang tanging pagkakataon upang makamit ang Paraiso at maiwasan ang Impiyerno, sapagka't sinuman ang mamatay sa di-paniniwala, hindi na siya magkakaroon pa ng pagkakataong bumalik sa mundo upang maniwala. Gaya ng sinabi ng Allah sa Qur'an hinggil sa mangyayari para sa mga di-sumasampalataya sa Araw ng Paghuhukom:

❴ At kung makikita mo lamang kung papano sila titindig sa harap ng Apoy (Impiyerno), sila'y magsasabi, "Kung kami ay ibabalik lamang, hindi namin pasisinungalingan ang mga Ayat (taludtod, talata, tanda) ng aming Panginoon, at kami ay sasama sa mga sumasampalataya!" ❵ (Qur'an, 6:27)

---

[1] Iniulat sa *Saheeh Muslim,* #2807, at sa *Mosnad Ahmad,* #12699.

Nguni't walang sinuman ang magkakaroon pa ng pangalawang pagkakataon.

Si Propeta Muhammad ﷺ ay nagsabi: {Ang pinakamaligayang tao sa mundo na nakatakda sa Apoy (Impiyerno) sa Araw ng Paghuhukom ay sandaling ilalagay sa Apoy. Pagkatapos siya ay tatanungin, "Anak ni Adam, ikaw ba'y nakakita na ng anumang kabutihan? Ikaw ba ay nakaranas na ng anumang biyaya? Siya ay magsasabi: "Hindi po Allah, O Panginoon!"}[1]

(3) Kaligtasan Mula sa Impiyerno

Ang tunay na kaligayahan at kapayapaan ay matatagpuan sa pamamagitan ng pagsuko sa mga kautusan ng Manlilikha at Tagapanustos ng Mundo. Sinabi ng Allah sa Qur'an:

❨ Katotohanan, sa pag-alaala sa Allah ay matatagpuan ng puso ang kapayapaan. ❩ (Qur'an, 12:28)

Sa kabilang dako, ang sinumang tumalikod sa Qur'an ay magkakaroon ng mahirap na buhay dito sa Mundo. Sinabi ng Allah:

❨ Sinuman ang tumalikod sa Qur'an,[2] siya ay magkakaroon ng mahirap na buhay, at Amin siyang ibabangon na bulag sa Araw ng Paghuhukom. ❩ (Qur'an, 20:124)

Ito ay nagpapaliwanag kung bakit ilan sa mga tao ay nagpapatiwakal samantalang nagtatamasa ng maginhawang buhay na kayang bayaran ng salapi. Halimbawa, tingnan si Cat Stevens (siya ngayon ay si Yusuf Islam), dati siyang kilala bilang pop singer (mang-aawit) na kung minsan ay karaniwang kumikita ng $150,000 sa loob ng isang gabi. Pagkatapos niyang magbalik sa Islam, natagpuan niya ang tunay na kaligayahan at kapayapaan na hindi niya natagpuan sa makalupang tagumpay.[3]

---

[1] Iniulat sa *Saheeh Muslim* #2807, at sa *Mosnad Ahmad*, #12699.
[2] i.e., di-naniniwala sa Qur'an o sumusunod sa mga tagubilin nito.
[3] Ang kasalukuyang addrress ni *Cat Stevens* (Yusuf Islam), sakaling nais ninyo siyang tanungin tungkol sa kanyang pakiramdam pagkatapos niyang magbalik sa Islam ay: 2 Digswell Street, London N7 8JX, United Kingdom.

Upang mabasa ang mga kasaysayan ng mga taong nagbalik sa Islam, mangyari lamang na bisitahin ang **www.islam-guide.com/stories** o sumangguni sa aklat na pinamagatang 'Bakit Islam Lamang ang Aming Pinili' (Why Islam is Our Only Choice).¹ Sa pahina ng web nito at sa pulyetong ito, mababasa ninyo ang mga kaisipan at pakiramdam ng mga taong mula sa iba't ibang bansa at may iba't ibang karanasan at antas ng edukasyon.

(4) Kapatawaran sa Lahat ng mga Dating Kasalanan

Kapag may isang nagbalik-loob sa Islam, pinatatawad ng Allah ang lahat ng kanyang mga kasalanan at mga nakaraang masasamang gawain. **Isang taong nagngangalang Amr ay pumunta kay Propeta Muhammad ﷺ at nagsabi: "Ibigay mo sa akin ang iyong kanang kamay upang ibigay ko sa iyo ang aking katapatang-loob." Iniunat ng Propeta ﷺ ang kanyang kanang kamay, subali't iniurong ni Amr ang kanyang kamay. Ang Propeta ﷺ ay nagsabi: {Ano ang nangyari sa iyo Amr?} Sumagot siya: "Ibig kong maglagay ng kondisyon." Ang Propeta ﷺ ay nagtanong: {Ano ang kondisyon na ibig mong ilagay?) Sinabi ni Amr. "Na patawarin ng Diyos ang aking mga kasalanan." Ang Propeta ﷺ ay nagsabi: {Hindi mo ba nalalaman na ang pagbabalik-loob sa Islam ay nagbubura sa lahat ng mga nakaraang kasalanan?}²**

Pagkatapos na magbalik-loob sa Islam, ang tao ay gagantimpalaan sa kanyang mga mabuti at masasamang ginawa sang-ayon sa sinabi ni Propeta Muhammad ﷺ: **{Ang iyong Panginoon, Siyang isang Banal at Dakila, ay Pinakamaawain. Sinuman ang magbalak na gumawa ng isang mabuting gawa, subali't hindi niya ito ginawa, ang isang mabuting gawa ay maitatala para sa kanya. At kung ito ay kanyang ginawa, (ang gantimpala nito ay) sampu hanggang pitong daan o higit pang marami (para sa mabuting gawa) ang maitatala para sa kanya. At sinuman ang magbalak gumawa ng isang masamang gawain, subali't hindi niya ito ginawa, isang mabuting gawa ang maitatala para sa kanya. At kapag ginawa niya ito, (masamang gawa) isang masamang gawa lamang ang maitatala para sa kanya o buburahin ito ng Allah.}³**

---

¹ Ang aklat na ito ay kay Muhammad H. Shahid. Para sa kopya ng pulyetong ito, mangyari lamang na bisitahin ang **www.islam-guide.com/stories** o makipag-ugnay sa samahang nakatala sa pahina 86.
² Iniulat sa *Saheeh Muslim*, #121, at sa *Mosnad Ahmad*, #17357.
³ Iniulat sa *Mosnad Ahmad*, #2515, at sa *Saheeh Muslim*, #131.

KABANATA 3

PANGKALAHATANG KAALAMAN TUNGKOL SA ISLAM

Ano ang Islam?

Ang relihiyong Islam ay lubos na pagtanggap at pagsunod sa mga katuruan ng Allah na Kanyang ipinahayag sa Kanyang huling Propeta na si Muhammad ﷺ.

Ilan sa mga Pangunahing Paniniwala sa Islam

1) Paniniwala sa Allah:

Ang mga Muslim ay naniniwala sa Nag-iisa, walang katulad, di-matutularan na Allah, na walang anak o katambal, at walang sinupaman ang may karapatang sambahin maliban sa Kanya lamang. Siya ang tunay na Diyos, at ang lahat ng diyus-diyusan ay huwad. Siya ang nagmamay-ari ng pinakamagaganda at dakilang mga Pangalan bilang Kanyang lubos na mga katangian. Inilarawan ng Allah ang Kanyang sarili sa Qur'an:

> ❲ Sabihin, "Siya ang Allah, ang Nag-Iisa, Siya ang Allah (As-Samad), ang Ganap, (ang tanging inaasahan ng mga nilikha sa kanilang mga pangangailangan.) Hindi Siya nagkaanak at hindi siya ipinanganak, at Siya ay walang katulad." ❳ (Qur'an, 112:1-4)

Walang sinuman ang may karapatang panawagan, panalanginan, pagdasalan o kaya'y pag-ukulan ng anumang uri ng pagsamba kundi ang Allah lamang.

Ang Allah lamang ang Makapangyarihan, ang Tagapaglikha, ang Hari, at Tagapanustos ng lahat ng Sanlibutan. Siya ang namamahala sa lahat ng bagay. Wala Siyang pangangailangan sa Kanyang mga nilikha, at ang lahat ng mga nilikha ay umaasa lamang sa Kanya sa lahat ng kanilang mga pangangailangan. Siya ang Lubos na Nakaririnig ng lahat, Siya ang Nakakikita ng lahat at Siya ang lubos na Nakaaalam ng lahat. Sa ganap na kalagayan, ang Kanyang Kaalaman ay sumasaklaw sa lahat ng bagay, ang lantad at lihim, sa publiko at pribado. Alam Niya kung ano ang nangyayari, kung ano ang mangyayari, at kung papaano ito mangyayari. Walang anumang mangyayari sa buong mundo maliban sa Kanyang kapahintulutan. Anuman ang ibigin Niya ay mangyayari, at anuman ang hindi Niya ibigin ay di-mangyayari, at kailanman ay di-mangyari. Ang Kanyang Kalooban ay nakahihigit sa kalooban ng lahat ng nilikha. Siya ay may Kapangyarihan sa lahat ng bagay at may kakayahang gawin ang lahat. Siya ang Pinakamahabagin, ang Pinakamaawain at Pinakamapagpala. Sa isa sa mga salawikain ni Propeta Muhammad ﷺ, sinabi sa amin na ang Allah ay higit na maawain sa Kanyang mga nilikha kaysa sa isang ina sa kanyang anak.[1] Ang Allah ay lubhang malayo sa kawalan ng katarungan at pagiging malupit. Siya ay lubos na Matalino sa lahat ng Kanyang gawa at pasya. Kapag may isang taong may nais sa Allah, maaari siyang manawagan nang tuwiran sa Allah na hindi na nangangailangang pang tumawag sa iba upang mamagitan sa Allah para sa kanya.

Ang Allah ay hindi si Hesus o si Hesus ay hindi Diyos.[2] Maging si Hesus mismo ay nagtanggi nito. Sinabi ng Allah sa Qur'an:

﴿ **Katotohanan, hindi naniwala yaong mga nagsasabi: "Ang Allah ay ang Messiah (Hesus), anak ni Maria." Nguni't ang Messiah ay nagsabi, "O Angkan ni Israel, sambahin ang Allah, ang aking Panginoon at ang inyong Panginoon. Sinuman ang maglagay ng katambal (sa pagsamba) sa Allah, ay ipagbabawal ng Allah sa kanya ang Paraiso at ang kanyang magiging tirahan ay ang**

---

[1] Iniulat sa *Saheeh Muslim* #2754, at sa *Saheeh Al-Bukihari*, #5999.
[2] Iniulat sa *Associated Press*, London, noong Junio 25, 1984, karamihan sa mga Obispo ng Simbahang Anglican sa pagsisiyasat (survey) sa pamamagitan ng isang programa sa telebisyon ay nagsabi: "Ang mga Kristiyano ay hindi pinipilit na maniwala na si Hesus Kristo ay Diyos." 'Ang pagsisiyasat (poll) na ginanap sa 31 mula sa 39 na mga Obispo sa Englaterya.' Ang dagdag na ulat ay sinabi na sa 31 na mga Obispo, 19 sa mga ito ay nagsabi na sapat nang ituring si Hesus bilang "isang mataas na alagad ng Diyos." Ang pagsisiyasat ay ginawa ng *London Weekend Television*, ang lingguhang programa sa relihiyon, "Credo."

Apoy (Impiyerno) At sa mga gumagawa ng masama[1], wala silang magiging katulong." ﴾ (Qur'an, 5:72)

Ang Diyos ay hindi Trinidad. Sinabi ng Allah sa Qur'an:

﴿ Katotohanan, hindi naniwala yaong mga nagsasabi: "Ang Allah ay ikatlo sa tatlo (sa trinidad)," samantalang walang Diyos maliban sa Iisang Ilah (Diyos – ang Allah). Kapag hindi sila tumigil sa kanilang sinasabi, tunay na kasakit-sakit na kaparusahan ang darating sa mga hindi naniniwala sa kanila. Hindi ba sila magsisisi sa Allah at hihingi ng Kanyang kapatawaran? Sapagka't ang Allah ay Lagi nang Mapagpatawad at Pinakamaawain. Ang Messiah (Hesus), anak ni Maria, ay hindi hihigit sa isang sugo… ﴾ (Qur'an, 5:73-75)

Tinatanggihan sa Islam na ang Allah ay nagpahinga sa ikapitong araw ng paglikha, na Siya ay nakipagbuno sa isa Niyang anghel, na Siya ay isang mapanibughuin (mainggitin) na nagbabalak ng masama sa sangkatauhan, o kaya Siya'y isang Diyos na nagkatawang-tao (incarnate) sa sinuman. Tinatanggihan din sa Islam ang paglalagay ng anumang uri ng katangian ng tao sa Diyos. Ang lahat ng mga ito ay maituturing na mga paglapastangan sa Allah. Ang Allah ay Dakila. Siya ay lubos na malayo sa anumang pagkukulang. Hindi Siya kailanman nababahala. Hindi Siya inaantok o kaya'y nangangailangang matulog.

Ang salitang Arabik na Allah ay nangangahulugan na Diyos (ang Nag-Iisa at Tunay na Diyos na lumikha sa buong sanlibutan). Ang salitang Allah ay Pangalan ng Diyos, na ginagamit ng mga nagsasalita ng Arabik, kapwa mga Muslim at mga Kristiyanong Arabo. Ang salitang ito ay hindi maaaring gamitin bilang pantukoy sa sinuman (anupaman) maliban sa Nag-Iisang Tunay na Diyos. Ang salitang Arabik na Allah ay makikita sa Qur'an na humigit sa 2,150 na ulit. Sa Aramaic, isang wika na malapit sa Arabik at wika na nakagawiang gamitin ni Hesus[2], ang Diyos ay tumutukoy sa Allah.

2) Paniniwala sa Pagkakaroon ng mga Anghel:

Ang mga Muslim ay naniniwala sa pagkakaroon ng mga anghel at sila ay mararangal na mga nilikha. Ang mga anghel ay sumasamba lamang sa Allah, sumusunod sa Kanya, at gumagawa lamang ayon sa Kanyang ipinag-uutos. Isa sa mga anghel ay si Gabriel, na nagdala ng Qur'an kay Muhammad ﷺ.

---

[1] Kabilang sa mga gumagawa ng masama ay ang mga sumasamba sa mga diyus-diyusan.
[2] Bagong Pandaigdigang Bersiyon, Ang Siksik na Diksiyunaryo ng Bibliya (NIV Compact Dictionary of the Bible), Douglas, p.42.

3) Paniniwala sa mga Aklat na Ipinahayag ng Allah:

Ang mga Muslim ay naniniwala na ang Allah ay nagpahayag ng mga aklat sa Kanyang mga sugo bilang katibayan sa sangkatauhan at bilang patnubay sa kanila. Isa sa mga aklat na ito ay ang Qur'an, na ipinahayag kay Propeta Muhammad ﷺ. Siniguro ng Allah ang pagkalinga sa Qur'an mula sa anumang katiwalian o kabaluktutan. Sinabi ng Allah:

> ﴾ Katotohanan, Kami, Kami ang nagpahayag ng Dhikr (Ang Qur'an), at katiyakan Amin itong pangangalagaan (mula sa anumang katiwalian). ﴿ (Qur'an, 15:9)

4) Paniniwala sa mga Propeta at Sugo ng Allah:

Ang mga Muslim ay naniniwala sa mga propeta at sugo ng Allah, simula kay Adan (Adam), kasama sila Noah (Nuh), Abraham (Ibrahim), Ismael (Ishmael), Isaac (Ishaq), Jacob (Yakub), Moises (Musa), at Jesus (Issa) (mapasakanila nawa ang kapayapaan). Datapwa't ang pangwakas na mensahe sa tao, ang muling pagpapatotoo sa walang-hanggang mensahe, ay ipinahayag kay Propeta Muhammad ﷺ. Ang mga Muslim ay naniniwala na si Muhammad ﷺ, ay huling propetang isinugo ng Allah, gaya sa sinabi ng Allah:

> ﴾ Si Muhammad ay hindi ama ng sinuman sa inyong mga kalalakihan, subali't siya ay Sugo ng Allah at ang pinakahuli sa mga propeta. ﴿ (Qur'an, 33:40)

Ang mga Muslim ay naniniwala na ang lahat ng mga propeta at mga sugo ay mga nilikhang tao na walang taglay na pagkadiyos.

5) Paniniwala sa Araw ng Paghuhukom:

Ang mga Muslim ay naniniwala sa Araw ng Paghuhukom (Araw ng Muling Pagkabuhay) na ang lahat ng mga tao ay mabubuhay muli para sa paghuhukom ng Allah sang-ayon sa kanilang mga paniniwala at mga gawa.

6) Paniniwala sa Al-Qadar (Tadhana):

Ang mga Muslim ay naniniwala sa Al-Qadar (tadhana) na itinakda ng Allah, subali't ang paniniwala sa tadhana ay di-nangangahulugan na walang kalayaan ang mga tao. Bagkus, ang mga Muslim ay naniniwala na binigyan ng Allah ang tao ng kalayang pumili. Ito ay nangangahulugan na malaya silang pumili sa tama (mabuti) o mali (masama) at sila'y mananagot sa kanilang mga pinili.

Ang paniniwala sa Banal na Tadhana na itinakda ng Allah ay napaloloob sa apat na bagay: (1) Na alam ng Allah ang lahat ng mga bagay. Alam niya ang nangyayari at ang mangyayari. (2) Itinala ng Allah ang lahat ng mga nangyari at lahat ng mga mangyayari. (3) Anuman ang ibig ng Allah na mangyari ay mangyayari at anuman ang hindi Niya ibig na mangyari ay hindi mangyayari. (4) Ang Allah ang Siyang lumikha ng lahat.

(Mangyaring bisitahin lamang ang **www.islam-guide.com/beliefs** para sa karagdagang impormasyon sa mga Islamikong paniniwala.)

Mayroon bang Ibang Banal (Kasulatan) na Pinagkukunan Maliban sa Qur'an?

Oo mayroon. Ang *Sunnah* (ang mga sinabi, ginawa at binigyan ng pahintulot ni Propeta Muhammad ﷺ) ay ang siyang pangalawang pinagkukunan ng Islam. Ang Sunnah ay binubuo ng mga *Hadeeth*, mga mapagkakatiwalaang ulat ng mga Kasamahan ni Propeta Muhammad ﷺ, kung ano ang kanyang sinabi, ginawa o pinahintulutan. Ang paniniwala sa Sunnah ay isa sa pangunahing paniniwala.

Mga Halimbawa ng mga Salawikain ni Propeta Muhammad ﷺ

- {Ang mga mananampalataya, sa kanilang pagmamahal, awa at kabutihan para sa isa't isa ay katulad ng isang katawan: kapag ang anumang bahagi (ng katawan) ay may karamdaman, ang buong katawan ay karamay sa kanyang kawalan ng tulog at karamdaman.}[1]
- {Ang pinakamatuwid sa mga sumasampalataya sa kanyang paniniwala ay yaong may pinakamabuting asal. At ang pinakamagaling sa kanila ay yaong pinakamahusay sa kanilang mga asawa.}[2]
- {Hindi naniniwala (ng lubos) ang isa sa inyo hanggang hindi niya minamahal ang kanyang kapatid tulad ng pagmamahal niya sa kanyang sarili}[3]
- {Ang maawain ay binibigyan ng awa ng Pinakamaawain. Magpakita ng awa sa mga nasa lupa at ang Allah ay magpapakita ng awa sa iyo.}[4]
- {Ang pagngiti sa iyong kapatid ay isang kawang-gawa.}[5]
- Ang mabuting salita ay isang kawang-gawa.}[6]

---

[1] Iniulat sa *Saheeh Muslim*, #2586, at sa *Saheeh Al-Bukhari*, #6011.
[2] Iniulat sa *Mosnad Ahmad*, #7354, at sa *Al-Tirmizi*, #1162.
[3] Iniulat sa *Saheeh Al-Bukhari*, 13 at sa *Saheeh Muslim* #45.
[4] Iniulat sa *Al-Tirmizi*, #1924, at sa *Abu-Dawood*, #4941.
[5] Iniulat sa *Tirmizi*, #1956.)
[6] Iniulat sa *Saheeh Muslim*, #1009, at sa *Saheeh Al-Bukhari*, 2989.

- Sinuman ang naniniwala sa Allah at sa Huling Araw (ang Araw ng Paghuhukom) ay kailangang gumawa ng mabuti sa kanyang kapit-bahay.}[7]
- {Hindi ka huhusgahan ng Allah ayon sa iyong anyo at kayamanan, subali't Kanyang titingnan ang iyong puso at ang iyong gawa.}[8]
- Bayaran ang sahod ng manggagawa bago matuyo ang kanyang pawis.}[9]
- Isang tao ang naglalakad sa isang daan ang nakaramdam ng matinding uhaw. Nang marating niya ang isang balon, siya ay bumaba roon, uminom ng sapat at pagkatapos ay umakyat. Pagkatapos, nakita niya ang isang asong nakalaylay ang dila na nagdidildil ng basang putik upang mapawi ang uhaw nito. Ang tao ay nagsabi, "Ang asong ito ay nakadarama ng uhaw na katulad sa aking naramdaman (noon)." Kaya siya ay bumaba muli sa balon at pinuno ng tubig ang kanyang sapatos at saka ibinigay sa aso upang painumin. Kaya't, ang Allah ay nagpasalamat sa kanya at pinatawad ang kanyang mga kasalanan.} Tinanong ang Propeta ﷺ, "Oh! Sugo ng Allah, tayo ba'y gagantimpalaan sa pagiging maawain sa mga hayop?" Sinabi niya: {Mayroong nakalaang gantimpala para sa kabutihan sa bawa't hayop o tao.}[10]

Ano ang Sinasabi ng Islam Hinggil sa Araw ng Paghuhukom?

Tulad ng mga Kristiyano, ang mga Muslim ay naniniwala na ang kasalukuyang buhay ay isang pagsubok lamang para sa paghahanda sa susunod na buhay. Ang buhay na ito ay isang pagsubok sa bawa't tao para sa buhay pagkatapos ng kamatayan. Darating ang araw na ang buong sanlibutan ay masisira at ang mga nangamatay ay bubuhaying muli para sa paghuhukom ng Allah. Ang araw na ito ay siyang simula ng buhay na walang hanggan. Ang araw na ito ay ang Araw ng Paghuhukom. Sa araw na yaon, ang lahat ng tao ay gagantimpalaan ng Allah ayon sa kanilang paniniwala at mga gawa. Yaong mga namatay habang nananampalataya na **"Walang ibang tunay na Diyos maliban sa Allah, at si Muhammad ay Sugo (Propeta) ng Allah"** at sila ay mga Muslim ay magagantimpalaan sa araw na yaon at papapasukin sa Paraiso magpakailanman, gaya sa sinabi ng Allah:

---

[7] Iniulat sa *Saheeh Muslim*, #48 at *Saheeh Al-Bukhari*, 6019
[8] Iniulat sa *Saheeh Muslim*, #2564.
[9] Iniulat sa *Ibn Majah*. #2443.
[10] Iniulat sa *Saheeh Muslim*, #2244 at sa *Saheeh Al-Bukhari*, #2466.

❮ At yaong mga sumasampalataya at gumawa ng kabutihan, sila ang mga maninirahan sa Paraiso, sila ay mananahan doon magpakailanman. ❯ (Qur'an, 2:82)

Subali't, yaong mga namatay na di-sumasampalataya na **"Walang ibang tunay na Diyos maliban sa Allah, at si Muhammad ay Sugo (Propeta) ng Allah"** o kaya'y hindi Muslim ay mawawalan ng Paraiso magpakailanman at papupuntahin sa Impiyerno, gaya ng sinabi ng Allah:

❮ At sinuman ang maghangad ng relihiyon maliban sa Islam, hindi ito tatanggapin sa kanya at siya ay magiging isa sa mga talunan sa Kabilang Buhay. ❯ (Qur'an, 3:85)

At gaya ng sinabi Niya:

❮ Katotohanan yaong tumalikod at namatay na di-nananampalataya, hindi kailanman tatanggapin sa isa sa kanila maging ang daigdig na puno ng ginto kahit na ialok pa niya itong pantubos. Mapapasakanila ang napakasakit na parusa at wala silang magiging tagatulong (upang mapagaan ang kanilang parusa. ❯ (Qur'an, 3:91)

Maaaring magtanong ang isang tao, 'Sa aking palagay ang Islam ay isang mabuting relihiyon, subali't kung yayakapin ko ito, ang aking pamilya, mga kaibigan at ang iba pang mga tao, ay magmamalupit sa akin at pagtatawanan ako. Kaya't, kung hindi ako magbabalik-Islam, makapapasok kaya ako sa Paraiso o maliligtas kaya ako mula sa Impiyerno?'

Ang kasagutan ay kung ano ang sinabi ng Allah sa naunang taludtod, **"Kung sinuman ang maghangad ng relihiyon maliban sa Islam, hindi ito tatanggapin sa kanya at siya ay magiging isa sa mga talunan sa Kabilang Buhay."**

Pagkatapos na isugo si Propeta Muhammad ﷺ upang manawagan sa mga tao sa Islam, ang Allah ay hindi na tatanggap ng anumang relihiyon maliban sa Islam. Ang Allah ang ating Tagapaglikha at Tagapanustos. Nilikha Niya para sa atin ang anumang nasa lupa. Ang lahat ng mga biyaya at mainam na bagay ay nagmula sa Kanya. Kaya't pagkatapos ng lahat ng mga ito, kapag may isang tumanggi sa paniniwala sa Allah, sa Kanyang Propeta na si Muhammad ﷺ o sa Kanyang relihiyon na Islam, ay makatwiran lamang na parusahan sa Kabilang-buhay. Katunayan, ang pangunahing dahilan ng ating pagkakalikha ay upang sambahin ang Allah nang Nag-iisa at ang sundin Siya, tulad ng sinabi ng Allah sa Banal na Qur'an, kabanata 51 talata 56.

Ang buhay natin sa ngayon ay napakaikli lamang. Ang mga di-sumasampalataya sa Araw ng Paghuhukom ay nag-iisip na ang kanilang buhay dito sa mundo ay para lamang isang araw o bahagi lamang ng isang araw, tulad ng sinabi ng Allah:

❮ Siya (ang Allah) ay magsasabi: "Ilan taon ang iyong paninirahan sa lupa?" Sasabihin nila: "Kami ay nanirahan ng isang araw o bahagi lamang ng isang araw…" ❯ (Qur'an, 23:112-113)

At sinabi Niya:

❮ Inakala ba ninyo na kayo ay Aming nilikha sa laro lamang (na walang makabuluhang layunin) at hindi kayo magbabalik sa Amin (sa Kabiling buhay)? Kaya, Dakilain ang Allah, ang Tunay na Hari. Walang ibang may-karapatang sambahin maliban sa Kanya… ❯ (Qur'an, 23:115-116)

Ang buhay sa Kabilang Buhay ay tunay na buhay. Hindi lamang ito espirituwal bagkus ito ay pisikal (karaniwang katawan) din. Tayo'y maninirahan doon na mayroon mga kaluluwa at katawan. Sa paghahambing sa mundong ito sa Kabiling-buhay, si Propeta Muhammad ﷺ ay nagsabi: **{Ang halaga ng mundo kung ihambing sa Kabiling-buhay ay tulad ng maibabahagi ng iyong daliri kung ilalagay sa dagat at pagkatapos ito ay iangat.**[1] Ibig sabihin, ang halaga nitong mundo kung inihambing sa Kabilang Buhay ay katulad ng ilang patak ng tubig kung inihambing sa dagat.

Papaano Magiging Muslim ang Isang Tao?

Madali lamang, sa pamamagitan ng pagbikas nang may katapatan, "La ilaha illa Allah, Muhammadur rasoolu Allah," sinuman ay makapapasok sa Islam at magiging Muslim. Ang pangungusap na ito ay nangangahulugan na "Walang ibang tunay na Diyos maliban sa Allah[2] at si Muhammad ay Sugo (Propeta) ng Allah."

---

[1] Iniulat sa Saheeh Muslim, #2858, at sa Mosnad Ahmad, #17560.)
[2] Katulad ng nabanggit sa pahina 47, ang Arabik na salitang Allah ay nangangahulugan na Diyos [Ang Nag-iisa at Tunay na Diyos na lumikha sa buong Sanlibutan]. Ang salitang Allah ay pangalan ng Diyos, na ginagamit ng mga nagsasalita ng Arabik, kapwa mga Muslim at Kristiyanong Arabo. Sa karagdagang detalye hinggil sa salitang Allah, tingnan ang sumunod sa huling parapo ng pahina 47.

Ang unang bahagi, "Walang tunay na diyos maliban sa Allah," ay nangangahulugan na walang sinupaman ang may karapatang sambahin maliban sa Allah lamang at ang Allah ay walang kasama o anak. Upang maging isang Muslim, kinakailangan ding maniwala sa:

- Maniwala na ang Banal na Qur'an ay literal na salita ng Allah (letra-por-letra) na Kanyang ipinahayag.
- Maniwala na ang Araw ng Paghuhukom (ang Araw ng Pagkabuhay na Muli) ay totoo at tiyak na darating, gaya ng ipinangako ng Allah sa Qur'an.
- Tanggapin ang Islam bilang kanyang relihiyon.
- Na di-sasamba sa anuman or sinuman maliban sa Allah.

Si Propeta Muhammad ﷺ ay nagsabi: {**Ang Allah ay higit na masaya sa pagsisisi ng sinuman kung siya'y magbabalik-loob sa Kanya na nagsisisi kaysa sa isa sa inyo na nakasakay sa kanyang kamelyo sa kaparangan (ilang na pook ng desyerto), at iniwanan siya nito, dala ang lahat ng pagkain at inumin at pagkatapos ay nawalan ng pag-asang maibalik ito. Siya'y pumaroon sa isang punong kahoy at humiga sa lilim nito upang maghintay na lamang (ng kamatayan) dahil wala na siyang pag-asa na makitang muli ang kanyang kamelyo. Pagkatapos, habang siya'y nasa gayong kalagayan (kawalan ng pag-asa), bigla na lamang ito (ang kamelo) ay nasa kanyang harapan! Kaya't kanyang kinuha ang tali nito at humiyaw sa katuwaan: "O Allah, ikaw ang aking alipin at ako ang iyong panginoon!" Ang kanyang pagkakamali ay nagbubuhat sa matinding kagalakan.**[1]

Ang salawikaing "Walang tunay na diyos maliban sa Allah, at si Muhammad ay Sugo (Propeta) ng Allah," nakaukit sa pintuan

[2] Iniulat sa *Saheeh Muslim*, #2747, at sa *Saheeh Al-Bukhari*, #6309.

Ano ang Qur'an?

Ang Qur'an, ang huling kapahayagan na salita ng Diyos, ay ang pangunahing pinagkukunan ng paniniwala at kaugalian ng bawa't Muslim. Ito ay nagtatalakay sa lahat ng mga paksa na may kinalaman sa mga tao: karunungan, doktrina, pagsamba, transaksiyon, batas, atbp., datapwa't ang pangunahing aral (katuruan) ay ang kaugnayan ng Allah at ng Kanyang mga nilikha. Kaalinsabay nito, ito ay nagdudulot ng patnubay at maliwanag na katuruan para sa makatwirang sambayanan, tamang asal ng tao, at tamang sistema sa ekonomiya.

Pansinin na ang Qur'an ay naipahayag kay Muhammad ﷺ sa wikang Arabik lamang. Kaya't, anumang salin nito maging sa Ingles o sa anumang wika, ay hindi Qur'an, o kaya'y bersiyon ng Qur'an, bagkus salin lamang ng kahulugan ng Qur'an. Ang Qur'an ay totoong nasa wikang Arabik lamang.

Sino si Propeta Muhammad ﷺ

Si Muhammad ﷺ ay ipinanganak sa Makkah noong taong 570 CE. Dahil namatay ang kanyang ama bago pa man siya isilang at pagkatapos namatay din ang kanyang ina (nang siya ay anim na taon), siya'y inaruga ng kayang tiyuhin na buhat sa isang iginagalang na tribung Quraysh. Siya ay lumaking di-nakapag-aral, di-makabasa't makasulat, at nanatili sa ganitong kalagayan hanggang siya'y mamatay. Ang kanyang mga kababayan, bago dumating ang kanyang tungkulin bilang propeta, ay salat sa karunungan sa siyensiya at karamihan sa kanila ay mangmang. Sa kanyang paglaki, siya ay nakilala bilang makatotohanan, matapat, mapagkakatiwalaan, mapagbigay at dalisay. Siya ay lubos na mapagkakatiwalaan, kaya't, tinawag siya na isang Al-Amin – Ang Mapagkakatiwalaan.[1] Si Muhammad ﷺ ay maka-Diyos at matagal nang napupuot sa pagbaba ng moralidad at idolatriya ng kanyang sambayanan.

Sa edad na apatnapu, si Muhammad ﷺ ay unang nakatanggap ng kapahayagan mula sa Allah sa pamamagitan ng anghel Gabriel. Ang mga kapahayagan ay nagpatuloy na dumarating sa loob ng dalawampu't tatlong taon at sama-samang tinawag na Qur'an.

---

[1] Iniulat sa *Mosnad Ahmad*, #15078.

Ang **Masjid** (Mosque) ni Propeta Muhammad ﷺ sa Madinah.

Simula nang magbigkas siya ng Qur'an at ipangaral ang katotohanan na ipinahayag sa kanya ng Allah, siya at ang maliit na grupong tagasunod niya ay nagdanas ng kalupitan mula sa mga di-sumasampalataya. Ang kalupitan ay naging masidhi, kaya noong taong 622 CE, ang Allah ay nag-utos na sila'y mandayuhan. Ang kanilang paglikas patungong Madinah, may mga 260 milya sa gawing norte, ay naging simula ng kalendaryong Muslim.

Pagkatapos ng ilang taon, si Muhammad ﷺ at ang kanyang mga tagasunod ay nakabalik sa Makkah, kung saan pinatawad nila ang kanilang mga kaaway. Bago namatay si Muhammad ﷺ, sa edad na 63, ang kalakhan ng Tangway ng Arabia (lupain ng Arabia) ay naging Muslim, at sa loob lamang ng isang daang taon mula nang siya'y namatay, ang Islam ay lumaganap hanggang sa Espanya sa kanluran at umabot sa silangan ng China. Ang mga dahilan ng mabilis at mapayapang paglaganap ng Islam ay ang taglay na katotohanan at maliwanag na katuruan. Ang Islam ay nagtatawag ng paniniwala sa Iisang Allah lamang, na Siya lamang ang karapat-dapat na sambahin.

Si Propeta Muhammad ﷺ ay isang ganap na halimbawa ng isang matapat, makatarungan, maawain, mapagmahal, makatotohanan at matapang na tao. Bagaman isa siyang lalake, siya ay malaya sa anumang uri ng kasamaan ng pag-uugali at nagpupunyagi para lamang sa Allah at sa Kanyang gantimpala sa Kabilang-buhay. Karagdagan pa, sa lahat ng kanyang gawain at pakikipag-ugnayan, siya ay lagi nang nagsasaisip sa kamalayan at pagkatakot sa Allah.

(Mangyaring bisitahin lamang ang **www.islam-guide.com/ muhammad** para sa karagdagang impormasyon tungkol kay Propeta Muhammad ﷺ)

Papaano Nakaapekto ang Paglaganap ng Islam sa Pag-unlad ng Siyensiya?

Inutusan ng Islam ang tao na gamitin ang kapangyarihan ng kanyang talino at pagmamasid. Sa loob ng ilang taon na paglaganap ng Islam, ang mga sibilisasyon at pamantasan ay lumago. Ang kabuuan ng mga opinyon ng mga taga-Silangan at mga taga-Kanluran at ang makabago at makaluma, ay nakapagdala ng malalaking mga pag-unlad sa medisina, matematika, pisika, astronomiya, geograpiya, arkitektura, arte, literatura, at kasaysayan. Maraming mga mahahalagang mga sistema, kagaya ng algebra, mga numero ng Arabik, at ang konsepto sa numerong zero (napakahalaga sa pag-unlad ng matematika), ay naibigay sa Europa mula sa bansa ng mga Muslim. Maunlad

Ang Astrolabe: Isa sa mga pinakamahalagang kasangkapan na ginawa ng mga Muslim na malimit gamitin ng mga taga- Kanluran hanggang sa makabagong panahon.

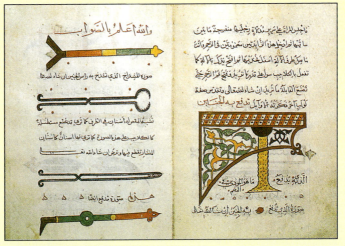

Ang mga doktor na mga Muslim ay nagbigay ng lubos na pansin sa pag-oopera at gumawa ng maraming mga kasangkapan na pang-opera tulad ng nakikita dito sa lumang manuskrito.

na mga kasangkapan na nakapagbigay daan sa mga paglalayag ng mga taga-Europa sa pagtuklas, kagaya ng astrolabe, quadrant, at mapa para sa mabuting paglalayag, ay ginawa rin ng mga Muslim

Ano ang Paniniwala ng mga Muslim kay Hesus?

Pinagpipitagan at iginagalang ng mga Muslim si Hesus (mapasakanya nawa ang kapayapaan). Kanilang itinuring na siya ay isa sa mga dakilang sugo ng Allah para sa sangkatauhan. Pinatitibayan ng Qur'an ang kanyang kapanganakang birhen (virgin birth), at isang kabanata sa Qur'an ay pinamagatan na '*Maryam*' (Mary). Inilarawan ng Qur'an ang pagkapanganak ni Hesus sa mga sumusod:

❮ Tandaan) nang ang mga anghel ay nagsabi: "O Maria, katotohanan, ang Allah ay nagbibigay sa iyo ng magandang balita ng isang salita ("Maging! At nangyari nga") mula sa Kanya, ang kanyang pangalan ay Mesiyas Issa (Messiah Hesus), anak ni Maria. Pinagpipitagan sa mundo at sa Kabilang-buhay, at mabibilang sa malalapit (sa Allah). Siya ay magsasalita sa mga tao mula sa (kanyang) duyan (kamusmusan) at kagulangan at siya ay mabibilang sa (hanay ng mga) matutuwid." Sinabi niya (Maria): "O aking Panginoon, papaano ako magkakaroon ng anak gayong wala namang lalaking sumaling sa akin?" Siya (anghel) ay nagsabi: "Kahit na! Ang Allah ay naglilikha ng anumang Kanyang naisin. Kapag itinakda Niya ang isang bagay, sasabihin lamang Niya, "Mangyari", at mangyayari nga." ❯ (Qur'an, 3:45-47)

Si Hesus ay himalang ipinanganak sa pamamagitan ng utos ng Diyos, katulad ng pagkakalikha kay Adam na walang ama. Sinabi ng Allah:

❮ Katotohanan! Ang kahalintulad ni Hesus sa (paningin ng) Allah ay tulad ni Adam. Nilikha siya mula sa alabok at pagkatapos sinabi Niya sa kanya. "Mangyari", at nangyari nga." ❯ (Qur'an, 3:59)

Sa panahon ng kanyang pagkapropeta, siya ay gumawa ng maraming himala. Sinabi sa atin ng Allah na si Hesus ay nagsabi:

❮ "Ako ay naparito sa inyo na may dalang tanda mula sa inyong Panginoon. Gagawa ako para sa inyo ng anyo ng isang ibon mula sa putik, hihingaan ko ito, at magiging ibon sa pahintulot ng Allah. Aking pagagalingin ang ipinanganak na bulag at ang may ketong. At aking bubuhayin ang patay sa pahintulot ng Allah. At aking sasabihin kung ano ang inyong kakainin at kung ano ang inyong itatago sa inyong mga bahay…" ❯
(Qur'an, 3:49)

Ang mga Muslim ay naniniwala na si Hesus ay hindi naipako. Balak ng mga kaaway ni Hesus na siya'y ipako, nguni't iniligtas siya ng Allah at dinala siya sa Kanya (sa langit). Ang imahe ni Hesus ay inilagay sa ibang tao. Kinuha ng mga kaaway ni Hesus ang taong ito at kanilang ipinako sa pag-aakala na siya'y si Hesus. Sinabi ng Allah:

❮ … Sinabi nila, "Aming napatay ang Messiah Hesus, anak ni Maria, ang sugo ng Allah." Hindi nila siya napatay, at hindi naipako, datapwa't ipinakita sa kanilang ganoon (ang imahe niya ay inilagay sa ibang tao at pinatay nila ang taong iyon)… ❯ (Qur'an, 4:157)

Maging si Muhammad ﷺ o si Hesus ay hindi dumating para palitan ang pangunahing doktrina sa paniniwala sa Iisang Diyos, na

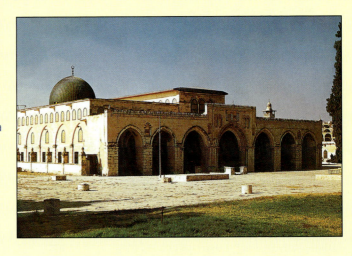

Ang Aqsa Mosque sa Jerusalem

dala ng mga naunang propeta, bagkus upang kanilang patotohanan at panumbalikin ito.[1]

(Mangyaring bisitahin lamang ang **www.islam-guide.com/jesus** para sa karagdagang impormasyon tungkol kay Hesus sa pananaw ng Islam.)

Ano ang Sinasabi ng Islam Hinggil sa Terorismo?

Ang Islam, bilang relihiyon ng habag, ay hindi nagpapahintulot sa terorismo. Ang Allah ay nagsabi sa Qur'an:

❰ **Hindi kayo pinagbabawalan ng Allah na makipag-ugnayan nang may katarungan at kabaitan sa mga hindi nakikipaglaban sa inyo hinggil sa relihiyon o maging yaong nagtataboy sa inyo mula sa inyong mga tahanan. Minamahal ng Allah yaong nakikipag-ugnayan nang makatarungan.** ❱ **(Qur'an, 60:8)**

Lagi nang ipinagbabawal ni Propeta Muhammad ﷺ sa kanyang mga sundalo na pumatay ng mga babae at mga bata,[2] at pinagpayuhan sila {…Huwag kayong magtaksil, huwag magmalabis, huwag patayin ang bagong silang na sanggol.}[3]

---

[1] Ang mga Muslim ay naniniwala rin na ang Allah ay nagpahayag ng Banal na Aklat kay Hesus na tinawag na Injeel, ang ilang bahagi nito ay maaari pang makita bilang katuruan ng Diyos kay Hesus sa *Bagong Tipan*. Nguni't, ito ay hindi nangangahulugan na ang mga Muslim ay naniniwala sa Bibliya na ating hawak sa kasalukuyan sapagka't hindi ito ang orihinal na mga kapahayagang ipinahayag ng Diyos. Ang mga ito ay nakaranas ng maraming pagbabago, pagdaragdag, at pagbabawas. Ito ay sinabi rin ng Lupon na nakatalaga sa pagsasaayos ng Banal na Bibliya – RSV (*The Holy Bible [Revised Standard Version]*). Ang Lupon na ito ay binubuo ng 32 na mga pantas na nagsisilbing mga miyembro nito. Kanilang pinagtibay ang pagrerepaso at payo ng Lupong Tagapagpayo (*Advisory Board*) mula sa 50 kinatawan ng mga iba't ibang nakikipagtulungang sekta ng relihiyon (Kristiyano). Ang Lupon ay nagsabi sa Paunang Salita ng Banal na Bibliya – RSV (*The Holy Bible -Revised Standard Version*), p. iv, "Kung minsan ang texto ay maliwanag na naghirap sa transmisyon, subali't wala ni isa sa mga bersiyon ang naglaan ng kaaya-ayang pagwawasto. Ang maaari lamang nating masunod dito ay ang pinakamahusay na pagpapasiya ng isang may-kakayahang pantas sa pinakamalapit na pagbubuong-muli ng orihinal na texto. Ang Lupon ay nagsabi rin sa Paunang Salita, p. vii, "Mga talibaba ay idinagdag, kung saan nagpapakita ng mahahalagang pagkakaiba, pagdaragdag, at pagbabawas sa mga lumang sangguniang mapagkakatiwalaan. (Mt 9:34, Mk 3:16; 7.4; Lk 24.32, 51, etc.)." Para sa karagdagang impormasyon sa pagbabago ng Bibliya mangyaring bisitahin lamang ang **www.islam-guide.com/bible.**
[2] Iniulat sa *Saheeh Muslim*, #1744, at sa *Saheeh Al-Bukhari*, #3015.
[3] Iniulat sa *Saheeh Muslim*, #1731, at *Al-Tirmizi*, #1408.

Sinabi rin niya: **{Sinuman ang pumatay sa isang tao na mayroon kasunduan ng kapayapaan sa mga Muslim ay hindi malalanghap ang bango ng Paraiso, kahit na ang bango nito ay malalanghap sa loob ng apatnapung taon}**[1]

Gayon din ay ipinagbawal ni Propeta Muhammad ﷺ ang magparusa sa pamamagitan ng apoy.[2]

Minsan ay kanyang ibinilang ang pagpatay ng tao bilang pangalawa sa mga malalaking kasalanan[3] at siya ay nagbigay pa ng babala na sa Araw ng Paghuhukom, **{Ang unang kasalanan na huhusgahan sa tao sa Araw ng Paghuhukom ay ang pagdanak ng dugo**[4]**}**[5]

Ang mga Muslim ay hinihikayat din na maging mabait sa mga hayop at ipinagbabawal sa kanila na saktan ang mga ito. Minsan sinabi ni Propeta Muhammad ﷺ: **{Ang isang babae ay pinarusahan dahil kanyang ibinilanggo ang isang pusa hanggang sa ito'y namatay. Dahil dito, siya ay parurusahan sa Impiyerno. Habang ang pusa ay nakabilanggo, hindi niya ito binigyan ng makakain o maiinom, o kaya'y kanyang pinalaya ito upang makakain ng mga insekto sa lupa.)**[6]

Sinabi rin niya na ang isang lalake ay nagbigay ng maiinom sa isang asong nauuhaw, kaya't pinatawad ng Allah ang kanyang mga kasalanan. Ang Propeta ﷺ ay tinanong: "O sugo ng Allah, tayo ba'y gagantimpalaan sa pagiging mabait sa mga hayop?" Sinabi niya: **{Mayroong gantimpalang nakalaan sa kabaitan sa bawa't hayop o tao}**[7]

Dagdag pa rito, sa pagkitil ng buhay ng isang hayop para sa pagkain, ang mga Muslim ay inaatasang gawin lamang ito sa paraang maaaring mabawasan ang takot at hirap ng hayop. Sinabi ng Propeta Muhammad ﷺ: **(Kapag ikaw ay papatay ng hayop, gawin mo ito sa pinakamahusay na paraan. Kailangan mong ihasa ang kutsilyo na gagamitin upang mabawasan ang hirap ng hayop)**[8]

Sa pamamagitan ng mga impormasyong dulot nito at ng iba pang mga babasahing Islamiko, ang gawaing pagbibigay takot sa

---

[1] Iniulat sa Saheeh Al-Bukhari, #3166 at sa Ibn Majah, #2686.
[2] Iniulat sa Abu-Dawood, #2675.
[3] Iniulat sa SaheehAl-Bukhari, #6871 at sa Saheeh Muslim, #88.
[4] Ito ay nangangahulugan ng pagpatay at pagpinsala.
[5] Iniulat sa Saheeh Muslim, #1678, at sa Saheeh Al-Bukhari, #6533.
[6] Iniulat sa Saheeh Muslim, #2422, at sa Saheeh Al-Bukhari 2365.
[7] Ang salitang ito ni Muhammad ﷺ ay nabanggit na may higit na detalye sa pahina 63. Iniulat sa Saheeh Muslim, #2244, at sa Saheeh Al-Bukhari, #2466.
[8] Iniulat sa Saheeh Muslim, #1955, at sa Al-Tirmizi, #1409.

puso ng mga mamamayan na walang kakayahang magtanggol sa sarili, ang maramihang pagwasak ng mga gusali at mga ariarian, ang pagpapasabog at pagbabalda sa mga walang kasalanang mga kalalakihan, mga kababaihan, at mga kabataan, ay kasuklam-suklam na mga gawain sang-ayon sa Islam at mga Muslim. Sinusunod ng mga Muslim ang relihiyon ng kapayapaan, awa at pagpapatawad, at ang karamihan (sa kanila) ay walang kinalaman sa mga masamang pangyayari na ibinibintang sa mga Muslim. Kapag ang isang Muslim ay gagawa ng gawaing terorismo, ang taong ito ay magkakasala ng paglabag sa batas ng Islam.

Mga Karapatan ng Tao at Katarungan sa Islam

Ang Islam ay nagbibigay ng maraming karapatan para sa isang tao. Ang mga sumusunod ay ilan sa mga karapatang pantao na pinangangalagaan ng Islam:

Ang buhay at ari-arian ng lahat ng mamamayan sa Islamikong lipunan ay itinuturing na sagrado, maging ang isang tao ay Muslim man o hindi. Pinangangalagaan din ng Islam ang dangal ng tao. Kaya't, sa Islam ang pag-insulto sa iba o pangungutya sa kanila ay hindi pinahihintulutan. Sinabi ng Propeta ﷺ: **{Katotohanan, ang inyong dugo, ari-arian, at dangal ay sagrado.}**[1]

❴ **O Sangkatauhan, katotohanan Amin kayong nilikha mula sa isang lalake at isang babae at ginawa kayong mga bansa at tribu upang magkakila-kilala (sa isa't isa). Katotohanan, ang pinakadakila sa inyo sa Allah ay yaong pinakamabuti sa inyo.**[2] **Tunay, Ang Allah ay lubos na Nakababatid, ang Pinakamaalam.** ❵ (Qur'an, 49:13)

Itinatakwil ng Islam ang ilang mga tao at bansa na itinatangi dahil sa kanilang kayamanan, kapangyarihan o lahi. Linikha ng Allah ang lahat ng mga tao na pantay-pantay na magiging kaiba lamang sa isa't isa sa pamamagitan ng kanilang pananampalataya at kabanalan. Si Propeta Muhammad ﷺ ay nagsabi: **{O mga tao! Ang inyong Diyos ay Iisa at ang inyong ninuno (Adam) ay iisa. Ang Arabo**

---

[1] Iniulat sa *Saheeh Al-Bukhari*, #1739, at sa *Mosnad Ahmand*, #2037.
[2] Ang mabuting tao ay yaong umiiwas sa lahat ng mga kasalanan, gumagawa ng mga kabutihan na iniutos sa atin ng Diyos, may takot at pagmamahal sa Diyos.

ay hindi nakahihigit sa hindi Arabo at ang hindi Arabo ay hindi nakahihigit sa Arabo, at ang mamula-mulang (halimbawa, puting mamula-mula) tao ay hindi nakahihigit sa isang maitim na tao at ang maitim na tao ay hindi nakakahigit sa taong mamula-mula[1] maliban lamang sa kabanalan.}[2]

Isa sa mga malaking problemang kinahaharap ng sangkatauhan ngayon ay ang racismo (pagtatangi ng lahi ng tao). Ang umuunlad na mundo ay nakapagpapadala ng tao sa buwan subali't hindi niya mapigil ang tao na masuklam at makipag-away sa kanyang kapwa. Simula pa nang kapanahunan ni Propeta Muhammad ﷺ, ang Islam ay naghanda na ng maliliwanag na halimbawa kung papaano mawawakasan ang racismo. Ang taunang peregrinasyon (Hajj) sa Makkah ay nagpapakita ng tunay na Islamikong kapatiran ng lahat ng mga lahi at bansa, kung saan ang humigit kumulang na dalawang milyong tao mula sa lahat ng dako ng mundo ay pumupunta sa Makkah upang magsagawa ng peregrinasyon.

Ang Islam ay isang relihiyong makatarungan. Sinabi ng Allah:

❴ Katotohanan, ipinag-uutos ng Allah na dapat ninyong isauli ang mga ipinagkatiwala sa nagmamay-ari; at kapag kayo'y humatol sa tao, humatol kayo nang makatarungan ❵ (Qur'an, 4:58)

At sinabi Niya:

❴ …At maging makatarungan. Katotohanan, minamahal ng Allah ang mga makatarungan. ❵ (Qur'an, 49:9)

---

[1] Ang kulay na nabanggit sa salawikain ng propeta ﷺ ay mga halimbawa. Ang kahulugan nito sa Islam ay walang sinuman ang nakahihigit sa isa't isa dahil sa kanyang kulay maging puti, itim, pula o kahit na anong kulay.
[2] Iniulat sa *Mosnad Ahmad*, #22978

Tayo man ay kailangang maging makatarungan sa mga kinasusuklaman natin, gaya ng sinabi ng Allah:

❰ …at huwag hayaang ang poot at galit ng iba ay magtulak sa inyo upang talikdan ang katarungan. Maging makatarungan: iyan ay malapit sa kabanalan…❱
(Qur'an, 5:8)

Sinabi ni Propeta Muhammad ﷺ: {Mga tao, mag-ingat sa kawalan ng katarungan[1], dahil ang kawalan ng katarungan ay dilim sa Araw ng Paghuhukom.}[2]

At sa mga hindi nakakamit ng kanilang mga karapatan (halimbawa, ang mga karapatang dapat na mapasakanila) sa buhay na ito ay matatanggap ang mga ito sa Araw ng Paghuhukom, gaya ng sinabi ng Propeta ﷺ: {Sa Araw ng Paghuhukom, ang karapatan ay ibibigay sa may mga karapatan (at ang mga pagkakamali ay maiwawasto)…}.[3]

Ano ang Katayuan ng mga Kababaihan sa Islam?

Ang turing sa isang babae sa Islam, may asawa man o wala ay isang taong may sariling karapatan, karapatang magkaroon ng mga ari-arian at mamigay o mag-ayos ng kanyang ari-rian at mahanap-buhay na di-kailangan ng mag-aalaga o magbabantay sa kanya (maging ito man ay ang magulang, asawa o sinupaman). May karapatan siyang mamili at bumili, magbigay ng regalo at kawanggawa, at maaari niyang gastusin ang kanyang salapi sa paraang ibig niya. Ang dote (bigay-kaya) ay ibinibigay ng lalake sa babae na kanyang mapapangasawa para sa personal na pangangailangan ng babae at ipagpapatuloy niya (ng babae) na gamitin ang kanyang apelyido (pangalan ng angkan) sa halip na apelyido ng asawa.

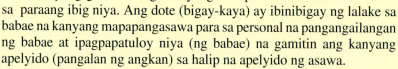

Hinihimok ng Islam ang lalake na pakitunguhan nang mabuti ang kanyang asawa, gaya ng sinabi ni Propeta Muhammad ﷺ: {Ang pinakamabuti sa inyo ay yaong pinakamabuti sa kanyang asawa.}[4]

---
[1] Halimbawa, ang pang-aapi sa iba, pagiging di-makatarungan, o paggawa ng masama sa iba.
[2] Iniulat sa *Mosnad Ahamd*, #5798) , at sa *Saheeh Al-Bukhari*, #2447.
[3] Iniulat sa *Saheeh Muslim*, #2582, at sa *Mosnad Ahmad*, #7163).
[4] Iniulat sa *Ibn Majah*, #1978, at sa *Al-Tirmizi*, #3895.

Ang mga ina sa Islam ay lubos na iginagalang. Itinatagubilin ng Islam na pakitunguhan sila sa pinakamahusay na paraan. Isang tao ang nagtungo kay Propeta Muhammad ﷺ at nagsabi: "Sino sa mga tao ang pinakakarapat-dapat sa aking pakikitungo?" Ang Propeta ﷺ ay nagsabi: {Ang iyong ina} Ang tao ay nagsabi: "Pagkatapos, sino pa?" Ang Propeta ﷺ ay nagsabi: {Pagkatapos, ang iyong ina}. Ang taong iyon ay muling nagtanong: "At pagkatapos, sino pa?" Ang Propeta ﷺ ay nagsabi: {Pagkatapos, ang iyong ina} Ang tao ay nagtanong na naman "Pagkatapos ay sino pa?" Ang Propeta ﷺ ay nagsabi: {Pagkatapos, ang iyong ama.}[1]

(Mangyaring bisitahin lamang ang **www.islam-guide.com/women** para sa karagdagang impormasyon.)

Ang Pamilya sa Islam

Ang pamilya, bilang pangunahing bahagi ng sibilisasyon, ay nabubuwag na sa kasalukuyan. Ang sistema ng pamilya sa Islam ay nagbibigay ng mga karapatan sa asawang lalake at babae, mga anak, at mga kamag-anak upang maging pantay-pantay (na naaangkop sa relasyon ng kamag-anakan). Pinalulusog nito ang kaugaliang mapagbigay, kagandahang-loob, at pag-ibig sa loob ng maayos na sistema ng pamilya. Ang kapayapaan at Seguridad bunga ng matatag na pamilya ay lubhang pinahahalagahan, at kinakailangan bilang mahalagang sangkap sa pang-espirituwal na pag-unlad ng mga kasapi ng pamilya. Ang mapayapang lipunan ay nabubuo sa pamamagitan ng pagkakaroon ng pagbubuklod-buklod ng mga mag-anak at pagpapahalaga sa mga anak.

Papaano Pinakikitunguhan ng mga Muslim ang Kanilang mga Matatanda?

Sa mga bansang Muslim, bihirang makakita ng "bahay para sa matatanda." Ang hirap sa pag-aalaga ng magulang sa panahon ng kahirapan (katandaan) ng kanilang buhay ay itinuturing na karangalan at biyaya at isang pagkakataon para sa dakilang espirituwal na pag-unlad. Sa Islam, hindi sapat na ipanalangin lamang ang ating mga magulang, kundi, kailangang ipaabot natin sa kanila ang walang-sukat na pagmamahal, bilang pag-alaala nang tayo'y wala pang muang na mga bata, kanilang inuna ang ating kapakanan kaysa kanilang mga sarili. Ang mga ina ay partikular na iginagalang. Kapag ang magulang

---

[1] Iniulat sa *Saheeh Muslim*, #2548, at sa *Saheeh Al-Bukhari*, #5971.

ng Muslim ay umabot sa katandaan, sila ay pinakikitunguhan nang may awa, kabaitan at pagmamahal.

Sa Islam, ang paglilingkod sa kanyang mga magulang ay pumapangalawa sa pagdarasal, at kanilang karapatang asahan ito. Itinuturing na kamuhi-muhi ang magpakita ng pagkayamot, sa mga kasalanang hindi nila ninanais, dulot ng hirap sa pagtanda.

Sinabi ng Allah:

> **❨ Ang iyong Panginoon ay nag-utos na wala kang dapat na sambahin maliban sa Kanya, at maging mabait sa iyong mga magulang. Kapag ang isa sa kanila o kapwa silang dalawa ay umabot sa katandaan sa iyong buhay, huwag magsalita nang walang paggalang, o pagalitan sila, bagkus mangusap sa kanila sa paraang marangal. At ibaba sa kanila ang diwa ng kababaang-loob sa pamamagitan ng habag, at magsabi, "O aking Panginoon, igawad Mo po sa kanila ang Iyong Habag sapagka't sila ang nangalaga sa akin noong ako ay maliit pa lamang." ❩** (Qur'an, 17:23-24)

Ano ang Limang Haligi ng Islam?

Ang Limang Haligi ng Islam ay kabuuan ng buhay ng Muslim. Ang mga ito ay ang pagsaksi ng paniniwala, pagdarasal, pagbibigay ng *Zakat* (tulong sa mga nangangailangan o mahihirap), pag-aayuno sa buwan ng Ramadan, at peregrinasyon sa Makkah nang minsan sa buhay ng isang Muslim na may kakayahang gumanap nito.

1) Ang Pagsaksi sa Pananampalataya:

Ang pagsaksi sa pananampalataya ay isang pagbigkas ng "La ilaha illa Allah, Muhammadur rasoolu Allah nang may pananalig. Ang pahayag na ito ay nangangahulugan ng, "Walang ibang tunay na Diyos maliban sa Allah[1], at si Muhammad ay Sugo (Propeta) ng Allah." Ang unang bahagi, "Walang tunay na Diyos maliban sa Allah," ay nangangahulugan na walang sinuman ang may karapatan sambahin maliban lamang sa Allah, at ang Allah ay walang katambal o anak. Ang pagsasaksing ito ay tinawag na Shahada, isang simpleng paraan na kailangang sabihin nang may katapatan upang makapasok sa Islam (gaya ng pagkakahulugan sa pahina 65-66). Ang pagsaksing ito ang pinakamahalaga sa mga haligi ng Islam.

---

[1] Para sa karagdagang detalye tungkol sa salitang *Allah*, tingnan ang pahina 47

2) Pagdarasal:

Ang mga Muslim ay nagsasagawa ng limang beses na pagdarasal sa isang araw. Bawa't dasal ay hindi tatagal nang higit sa ilang minuto para maisagawa. Ang pagdarasal sa Islam ay isang tuwirang pakikipag-ugnayan sa pagitan ng sumasamba at Allah. Walang tagapamagitan sa Allah at sa sumasamba.

Sa pagdarasal, ang isang tao ay nakararamdam ng kaligayahan, kapayapaan at kaginhawaan, at ang Allah ay nasisiyahan sa kanya. Si Propeta Muhammad ﷺ ay nagsabi: **{Bilal, tawagin ang (mga tao) sa pagdarasal, hayaan mong maginhawaan tayo nito.}**[1] Si Bilal ay isa sa mga kasamahan ni Muhammad ﷺ na nakatalaga bilang tagapagtawag ng mga tao sa mga pagdarasal.

Ang mga dasal ay isinasagawa sa madaling araw, tanghaling-tapat, hapon, paglubog ng araw, at gabi. Ang isang Muslim ay maaaring magdasal kahit saan, gaya ng mga bukiran, opisina, pabrika, o unibersidad.

(Mangyaring bisitahin lamang ang www.islam-guide.com/prayer para sa karagdagang impormasyon tungkol sa pagdarasal sa Islam.)[2]

3) Pagbibigay ng Zakat (Tulong sa mga Nangangailangan o Mahihirap):

Ang lahat ng bagay ay pag-aari ng Allah, at ang kayamanan, samakatuwid, ay ibinibigay sa mga tao bilang tiwala. Ang orihinal na kahulugan ng Zakat ay kapwa 'Pagpadalisay' at 'Pag-unlad'. Ang pagbibigay ng Zakat ay nangangahulugan ng pagbibigay ng partikular na porsiyento buhat sa isang ari-arian para sa napipihong uri ng mga nangangailangang tao. Ang porsiyento na dapat kunin sa ginto, pilak at salaping

umabot sa 85 gramo ng ginto at taglay ng magbibigay ng Zakat sa loob ng isang taon ay dalawa't kalahating (2 at ½) porsiyento. Ang ating mga ari-arian ay napadadalisay kapag tayo ay naglalaan ng maliit na bahagi para sa mga nangangailangan, katulad ng pagpupungos sa mga kahoy, ang pagpuputol nito ay nagpapantay sa kanila at nagpapausbong ng panibago (na sanga at dahon).

Ang isang tao ay maaari ring magbigay hanggang nais niya bilang kusang-loob na limos o kawang-gawa.

---

[1] Iniulat sa *Abu-Dawood*, #4985, at sa *Mosnad Ahmad*, #22578.)

[2] O kaya ay tingnan ang aklat na pinamagatang 'Gabay sa Pagdarasal sa Islam' (*Guide to Prayer in Islam*), akda ni M.A.K. Saqib. Para sa kopya ay mangyaring bisitahin lamang ang web site na nababanggit sa itaas.

4) Pag-aayuno (Fasting) sa Buwan ng Ramadan:

Taun-taon, tuwing buwan ng Ramadan[1], ang lahat ng mga Muslim ay nag-aayuno simula sa madaling-araw hanggang sa paglubog ng araw, nangingilin sa pagkain, inumin at pakikipagtalik (sa asawa).

Bagaman ang pag-aayuno ay nakabubuti sa kalusugan, ito, higit sa lahat ay itinuturing na paraan sa pagpapadalisay ng espirituwal. Sa pamamagitan ng pag-iwas ng sarili sa mga makamundong kasiyahan, kahit sa maikling panahon lamang, ang isang nag-aayuno ay hindi lamang nagkakaroon ng tunay na pakikiramay sa mga nagugutom bagkus gayon din ay nagkakaroon ng pag-uunlad sa kanyang pang-espirituwal na buhay.

5) Ang Peregrinasyon (Paglalakbay) sa Makkah:

Ang taunang *Peregrinasyon* (**Hajj**) sa Makkah ay isang obligadong tungkulin na nararapat gampanan minsan sa buhay ng mga may kakayahan sa kalusugan at pananalapi. Dalawang milyong tao ang pumupunta sa

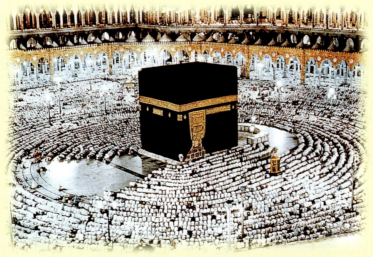

Mga Peregrino na nagdarasal sa *Haram na Mosque* sa Makkah. Sa mosque na ito makikita ang Kaaba (ang itim na gusali sa larawan) kung saan ang mga Muslim ay humaharap kapag nagdarasal. Ang Kaaba ay lugar ng pagsamba kung saan ipinag-iutos ng Allah kay Propeta Abraham at sa kanyang anak na si Ismael na itayo.

---

[1] Ang buwan ng Ramadan ay ang ikasiyam na buwan sa Islamikong kalendaryo (ito ay *Lunar* (nauukol sa buwan), at hindi *Solar* (nauukol sa araw).

Makkah taun-taon mula sa lahat ng dako ng Mundo. Bagaman ang Makkah ay laging puno ng mga panauhin, ang taunang *Peregrinasyon* (Hajj) ay ginaganap sa ikalabing dalawang buwan ng Islamikong Kalendaryo. Ang mga kalalakihan ay nagsusuot ng espesyal na simpleng damit na nagtatanggal ng anumang pagkakaiba ng klase at kultura (kalinangan) upang ang lahat ay tatayong pantay-pantay sa harap ng Allah.

Kabilang sa mga ritwal (seremonya) ng **Hajj** ay ang pag-ikot sa Kaaba nang pitong beses at ang pagpunta ng pitong ulit sa pagitan ng mga burol ng Safa at Marwa, gaya ng ginawa ni Hagar nang siya ay naghahanap ng tubig. Pagkatapos, ang mga Peregrino ay sama-samang tatayo sa Arafa[1] at hihiling sa Allah ng anumang kanilang naisin at ng Kanyang Kapatawaran, katulad ng karaniwang palagay sa paggugunita sa Araw ng Paghuhukom.

Ang katapusan ng *Hajj* ay idinaraos sa pamamagitan ng piyesta, ito ay tinatawag na *Eid al-Adha*, na kung saan ito ay ipinagdiriwang nang may mga pagdarasal. Ito (*Eid al-Adha*) at ang *Eid al-Fitr,* ang pagdiriwang sa pagtatapos ng Ramadan, ay ang dalawang taunang piyesta sa kalendaryo ng Muslim.

(Mangyaring bisitahin lamang ang **www.islam-guide.com/pillars** para sa karagdagang impormasyon tungkol sa limang haligi ng Islam).

---

[1] Ang lugar na (Arafa) ay humigit-kumulang 15 milya mula sa Makkah.

Para sa Karagdarang Impormasyon Hinggil sa Islam

Kung kayo ay mayroong katanungan o komentaryo, o para sa kopya ng aklat na ito sa iba't ibang mga wika mangyaring bisitahin lamang ang web site ng aklat na ito:

www.islam-guide.com/tg

Para sa mga Mungkahi at Komentaryo sa Aklat na ito

Kung mayroon kayong mga mungkahi para sa aklat na ito, mangyaring ipadala lamang sa may-akda, I.A. Ibrahim:
E-mail: ib-tg@i-g.org • Tel.: (966-1) 454-1065 • Fax: (966-1) 453-6842 • PO Box: 21679, Riyadh 11485, Saudi Arabia

Mga Reperensiya

Ahrerns, C. Donald. 1988. Ang Pag-aaral Ngayon Tungkol sa Panahon *(Meteorology Today)* ika-3 ed. St. Paul: West Publishing Company.

Anderson, Ralph K.; and others. 1978. *Ang Paggamit ng mga Larawang Kuha ng Satellite sa Pagsusuri at Pagsasabi tungkol sa Lagay ng Panahon (The Use of Satellite Pictures in Weather Analysis and Forecasting),* Pangasiwaan ng Pangmundong Samahan Hinggil sa Pag-aaral Tungkol sa Panahon *(Geneva: Secretarial of the World Meteorological Organization).*

Anthes, Richard A.; John J. Cahir; Alistair B. Fraser; and Hans A. Panofsky. 1981. Ang Atmospera *(The Atmosphere),* ika-3 ed. Columbus: Charles E. Merrill Publishing Company.

Barker, Kenneth; and others. 1985. Ang Pag-aaral sa Bibliya. Bagong Pandaigdigang Bersion *(The NIV Study Bible, New International Version),* Grand Rapids, Michigan: Zondervan Publishing House

Bodin, Svante. 1978. Panahon at Lagay ng Panahon *(Weather and Climate)* Poole, Dorest: Blandford Press Ltd.

Cailleux, Andre', 1968. Anatomiya ng Daigdig *(Anatomy of the Earth),* London: World University Library.

Couper, Heather; and Nigel Henbest. 1995. Ang Atlas ng Kalawakan *(The Space Atlas),* London: Dorling Kindersley Limited.

Davis, Richard A., Jr. 1972. Mga Prinsipyo ng Pag-aaral Tungkol sa Karagatan *(Principles of Oceanography),* Don Mills, Ontario: Addison-Wesley Publishing Company.

Douglas, J. D.; and Merrill C. Tenney. 1989. Siksik na Diksiyunaryo ng Bibliya *(NIV Compact Dictionary of the Bible)* Grand Rapids, Michigan: Zondervan Publishing House.

Elder, Danny; and John Pernetta. 1991. Mga Karagatan *(Oceans).* London: Mitchell Beazley Publishers.

Famighetti, Robert. 1996. *Ang Almanac ng Mundo at Aklat ng mga Katotohanan (The World Almanac and Book of Facts),* Mahwah, New Jersey: World Almanac Books.

Gross, M. Grant. 1993. *Ang Pag-aaral Tungkol sa Karagatan, Ang Larawan ng Daigdig (Oceanography, a View of Earth,).* Ika-6 na ed. Englewood Cliffs: Prentice-Hall, Inc.

Hickman, Cleveland P.; and others, 1979. Sama - samang mga Prinsipiyo ng Soolohiya *(Integrated Principles of Zoology)*, ika-6 na ed. St. Louis: The C. V. Mosby Company.

Al-Hilali, Muhammad T.; and Muhammad M. Khan. 1994. *Salin ng Kahulugan ng Banal na Qur'an sa Wikang Ingles (Interpretation of the Meanings of The Noble Qur'an in the English Language)*, ika-4 Isinaayos na ed. Riyadh: Maktaba Dar-us-Salam.

William Collins Sons & Co., Ltd. 1971. Ang Banal na Bibliya, Naglalaman ng Luma at Mga Bagong Tipan (Isinaayos na Pamantayan na Bersiyon *(The Holy Bible, Containing the Old and New testaments (Revised Standard Version))*, New York.

Ibn Hesham, Abdul-Malek Ang Talambuhay ng Sugo *(Serah Al-Nabaweyyah)*, Beirut): Dar El-Marefah

The Islamic Affairs Department, 1989. Pag-unawa sa Islam at mga Muslim *(Understanding Islam and the Muslims)*, Embahada ng Saudi Arabia, Washington, DC

Kuenen, H. 1960. Geolohiya ng Karagatan *(Marine Geology)*, New York: John Wiley & Sons, Inc.

Leeson, C. R.; and T.S. Leeson, 1981. *Kasaysayan (Histology)*, ika-4 na ed. Philadelphia: W.B. Saunders Company.

Ludlam, F.H. 1980. *Mga Ulap at Mga Bagyo (Clouds and Storms)*, London: The Pennsylvania State University Press.

Makky, Ahmad A.; and others. 1993. *Ee'jazal-Qur'an al-Kareem fee Wasf Anwa'al-Riyah, al-Matar (Ang Ee'jaz al- Qur'an al-* (Ee'jaz al-Qur'an al-Kareem fee Wasf Anwa'al-Riyah, al-Matar). Makkah: Komisyon ng mga Tandang Makasiyensiya sa Qur'an at Sunnah. *(Commission on Scientific Signs of the Qur'an and Sunnah)*

Miller, Albert; and Jack C. Thompson. 1975. Mga Sangkap ng Pag-aaral Tungkol sa Panahon *(Elements of Meteorology)*, Ika-2 ed. Columbus: Charles E. Merrill Publishing Company.

Moore, Keith L.; Marshall Johnson. T. V. N. Persaud; Geral C. Goeringer; Abdul-Majeed A. Zindani; and Mustafa Al. Ahmed. 1992. Ang Lumalaking Tao Ayon sa Pagsasalarawan ng Qur'an at Sunnah *(Human Development as Described in the Qur'an and Sunnah)*, Makkah: Komisyon ng mga Tandang Makasiyensiya sa Qur'an at Sunnah.

Moore, Keith L.; A.A. Zindani; and others. 1987. *Al-E'jazal-Elmy fee al-Naseyah* (Ang Al-E'jazal-Elmy fee al-Naseyah) *Ang mga Himalang Makasiyensiya sa Harap ng Ulo,* Makkah: Komisyon ng mga Tandang Makasiyensiya sa Qur'an at Sunnah.

Moore, Keith L. 1983. Ang Lumalaking Tao, Nasanay sa Klinika na Bilig ng Tao , na may dagdag pang-Islam *(The Developing Human, Clinically Oriented Embryology, With Islamic Additions),* ika-3 ed. Jeddah: Dar Al-Qiblah.

Moore, Keith L.;and T. V. N. Persaud. 1993. Ang Lumalaking Tao, Nasanay sa Klinika na Bilig ng Tao *(The Developing Human, Clinically Oriented Embryology)* ika-5 ed. Philadelphia: W.B. saunders Company.

El-Naggar, Z. R. 1991. Ang Geolohikal na Konsepto ng mga Kabundukan sa Qur'an *(The Geological Concept of Mountains in the Qur'an),* ika-1 ed., Herndon: International Institute of Islamic Thought.

Neufeldt, V. 1994. *Ang Bagong Webster Diksiyunaryo ng Mundo, Neufeldt,* V. 1994. *(Webster's New World Dictionary).* Ikatlong Pangkolehiyong ed., New York: Prentice Hall.

Ang Bagong Encyclopaedia Britannica (The New Encyclopaedia Britannica.) 1981, Ika-15 ed., Chicago: Encyclopaedia Britannica, Inc.

Noback, Charles R.: N.L. Strominger; and R.J. Demarest. 1991. *Ang Sistema ng Nerbiyos, Unang Pagharap at Pagsusuri (The Human Nervous System, Introduction and Review),* Ika-4 na ed., Phadelphia: Lea & Febiger.

Ostrogorsky, George. 1969. Kasaysayan ng Bansang Byzantine *(History of the Byzantine State).* Ostrogorsky, George. 1969. Salin mula sa Wikang Aleman, ni Joan Hussey. Isinaayos na ed., New Brunswick: Rutgers University Press.

Press, Frank; and Raymond Siever. 1982. Daigdig *(Earth),* Ika-3 ed., San Francisco: W.H. Freeman and Company.

Ross, W.D.; and others. 1963. Ang Mga Gawa ni Aristotle Salin sa Wikang Ingles: Ang Pag-aaral Tungkol sa Panahon *(The Works of Aristotle Translated into English: Meteorologica),* Ika-3 Tomo, London: Oxford University Press.

Scorer, Richard; and Harry Wexler. 1063. Ang Makukulay na gabay Tungkol sa mga Ulap *(A Colour Guide to Clouds)*, Robert Maxwell.

Seeds, Michael A. 1981. Ang Kalawakan sa Pag-aaral sa Sanlibutan *(Horizons Exploring the Universe)*, Belmont: Wadsworth Publishing Company.

Seeley, Rod R.; Trent D. Stephens; and Philip Tate. 1996. Mga Kailangan sa Anatomiyo at Pisyolohiya *(Essentials of Anatomy & Physiology)*, Ika-2 ed., St. Louis: Mosby-Year Book, Inc.

Sykes, Percy. 1963. Ang Kasaysayan ng Persia *(History of Persia)*, Ika-3 ed., London: Macmillan & Co, Ltd.

Tarbuck, Edward J.; and Frederick K. Lutgens. 1982. Ang Siyensiya ng Daigdig *(Earth Science)*, Ika-3 ed., Columbus: Charles E. Merrill Pubishing Company.

Thurman, Harold V. 1988. Thurman, Harold V. 1988. Panimulang Pag-aaral Tungkol sa Karagatan *(Introductory Oceanography)*, Ika-5 ed., Columbus: Merrill Publishing Company.

Weinberg, Steven. 1984. Ang Unang mga Tatlong Minuto, Ang Makabagong Pananaw sa Simula ng Sansinukob *(The First Three Minutes, A Modern View of the Origin of the Universe)*, Ika-5 paglilimbag, New York: Bantam Books.

Al-Zarkashy, Badr Al-Deen. 1990. *Al-Borhan fee Oloom Al-Qur'an* (Ang Al-Borhan fee Aloom Al-Qur'an), Ika-1 ed., Beirut: Dar El-Marefah

Zindani, A. A Ito Ang Katotohanan *(This is the Truth (video tape))*, Makkah: Komisyon ng mga Tandang Makasiyensiya sa Qur'an at Sunnah.

Ang Paglalagay ng Bilang ng Mga Hadeeth:

Ang paglalagay ng bilang ng mga hadeeth[1] sa aklat na ito ay ibinatay sa mga sumusunod:

- *Saheeh Muslim:* sang-ayon sa paglalagay ng bilang ni *Muhammad F. Abdul-Baqy.*
- *Saheeh Al-Bukhari:* sang-ayon sa paglalagay ng bilang ni Fath Al-Bari.
- *Al-Tirmizi:* sang-ayon sa paglalagay ng bilang ni *Ahmad Shaker.*
- *Mosnad Ahmad:* sang-ayon sa paglalagay ng bilang ng *Dar Ehya' Al-Torath Al-Araby,* Beirut.
- *Mowatta' Malek:* sang-ayon sa paglalagay ng bilang ng *Mowatta' Malek.*
- *Abu Dawood:* sang-ayon sa paglalagay ng bilang ni *Muhammad Muhyi Al-Deen Abdul-Hameed.*
- *Ibn Majah:* sang-ayon sa paglalagay ng bilang ni *Muhammad F. Abdul-Baqy.*
- *Al-Daremey:* sang-ayon sa paglalagay ng bilang nila *Khalid Al-Saba Al- Alamy at si Fawwaz Ahmad Zamarly.*

❈ ❈ ❈

---

[1] Ang hadeeth ay isang pinagkakatiwalaang salin na iniulat ng mga Kasamahan ni Propeta Muhammad , kung ano ang kanyang sinabi, ginawa at pinahintulutan.